रिचर्ड फाईनमन
एक हरहुन्नरी व्यक्तिमत्त्व

दुसऱ्या महायुद्धात प्रत्यक्ष अणुबॉम्ब बनवण्यात सहभागी असणारे,
फिजिक्सचे नोबेल पारितोषिक विजेते

सुधा रिसबूड

मेहता पब्लिशिंग हाऊस

All rights reserved along with e-books & layout. No part of this publication may be reproduced, stored in a retrieval system or transmitted, in any form or by any means, without the prior written consent of the Publisher and the licence holder. Please contact us at **Mehta Publishing House,** Pune 411030.
✆ +91 020-24476924 / 24460313
Email : production@mehtapublishinghouse.com
Website : www.mehtapublishinghouse.com

◆ या पुस्तकातील लेखकाची मते, घटना, वर्णने ही त्या लेखकाची असून त्याच्याशी प्रकाशक सहमत असतीलच असे नाही.

RICHARD FEYNMAN: EK HERHUNNERY VYAKTIMATVA
by SUDHA RISBUD

रिचर्ड फाईनमन : एक हरहुन्नरी व्यक्तिमत्त्व / व्यक्तिचित्र

Email : author@mehtapublishinghouse.com

© सुधा रिसबूड

प्रकाशक   : सुनील अनिल मेहता, मेहता पब्लिशिंग हाऊस,
                       १९४१ सदाशिव पेठ, पुणे – ४११०३०.

मुखपृष्ठ   : फाल्गुन ग्राफिक्स
प्रकाशनकाल : जानेवारी, २०१३ / डिसेंबर, २०१९ /
                       पुनर्मुद्रण : जुलै, २०२०

P Book ISBN 9788184984514
E Book ISBN 9789353170394
E Books available on : play.google.com/store/books
                       www.amazon.in

अखंड व्यासंग, अविरत परिश्रम आणि प्रामाणिकतेचे
संस्कार ज्यांनी आपल्या वर्तनातून केले,
त्या माझ्या वडिलांना,
डॉ. वि. गं. रानडे यांना हे पुस्तक अर्पण केले आहे.
— सुधा

प्रस्तावना

साधारणत: शास्त्रज्ञ म्हटला की तो गहन विषयात गुरफटलेला, गंभीर स्वभावाचा, अंतर्मुखी असेल, असा एक समज असतो. त्यातून फिजिक्ससारखा रुक्ष विषय शिकवणारा असेल तर मग त्याचा स्वभाव हा चारचौघांत रमणारा असेल, असा विश्वास बसणं कठीण होतं. अनेक जण अपवादही असतात. रिचर्ड फाईनमन हा एक सणसणीत अपवाद होता.

दुसऱ्या महायुद्धात अणुबॉम्ब प्रत्यक्ष बनवणाऱ्यांमध्ये रिचर्ड फाईनमन काम करत होते. फिजिक्सचे नोबेल पारितोषिकही त्यांना मिळाले होते. पण या माणसाला जीवनाबद्दल ओढ होती. स्वभावात एक मिश्कीलपणा होता. नवीन नवीन गोष्टी शिकण्याची आवड होती. चित्रकलेचा नाद होता. संगीतात रस होता, इतिहासाबद्दल प्रेम होतं, भाषा शिकण्याचं वेड होतं. पण या सगळ्यांमागं कुठेतरी खोट्या शिष्टाचाराचा, दांभिकपणाचा रागही होता. बुद्धीने अत्यंत तल्लख, दांडगी विचारशक्ती, तर्कशुद्धता आणि गणिताची, फिजिक्सची मनातली घट्ट बैठक यामुळे फाईनमन हे द्रष्टे होते. या विश्वाचे गूढ सोडवण्यासाठी गणित आणि शास्त्र ही साधनं आहेत हा त्यांचा पक्का समज होता. विज्ञानाची, शास्त्राची पाळंमुळं त्यांनी आपल्या विद्यार्थ्यांमध्ये रुजवली.

आचार्य अत्र्यांनी 'मी कसा झालो' या आपल्या लिखाणातून स्वत:ची जडणघडण उलगडून दाखवली आणि प्रचंड उपकार करून ठेवले. मोठी माणसं ही मोठी होत असताना कोणत्या प्रसंगातून गेली, कशी कशी शिकत गेली, कशी वागत गेली हे बऱ्याच वेळा ऐकीव माहितीमधून कळते; पण फाईनमननी आपल्या आयुष्यातील प्रसंग हे स्वत:च 'शुअरली यू आर जोकिंग मि.फाईनमन' या पुस्तकातून शब्दबद्ध केले. त्यातून त्यांच्या व्यक्तिमत्त्वाचे अनेक पैलू उकलत

जातात. असे अनेक प्रसंग आहेत की ज्यातून त्यांच्या स्वभावातील हजरजबाबीपणा, प्रामाणिकपणा दिसून येतो. या पुस्तकात अशाच काही प्रसंगांतून फाईनमन यांचे व्यक्तिमत्त्व रेखाटण्याचा प्रयत्न आहे. विज्ञान, इंजिनिअरिंग शाखेतले विद्यार्थी, होस्टेलमध्ये शिकत असणारी मुले यांच्या आयुष्यातले काही प्रसंग हे कालातीत असतात. फाईनमनना त्यांच्या विद्यार्थीदशेतून असेच काही मजेदार अनुभव आले. तेही या पुस्तकात मांडले आहेत.

ते वाचकांना आवडतील असा विश्वास आहे. 'मेहता पब्लिशिंग हाऊस'ने प्रकाशित केलेले हे तिसरे पुस्तक. यापूर्वीचे 'अंतरिक्षाचा वेध' हे स्वा. सावरकर पुरस्कार विजेते पुस्तक पूर्ण वैज्ञानिक विचारांवर आधारलेले होते. 'कल्पित अकल्पित' हा पूर्णपणे स्वतंत्र विज्ञानकथांचा संग्रह आहे. त्याला महाराष्ट्र राज्य सरकारचा २००९चा उत्कृष्ट वाङ्मय निर्मितीचा पुरस्कार मिळाला. या दोन्हीपेक्षा जरा वेगळ्या प्रकाराने या पुस्तकाची मांडणी केली आहे. हे रिचर्ड फाईनमन यांचे चरित्र नाही. रिचर्ड फाईनमन ही व्यक्ती म्हणजे काय चीज होती हे या पुस्तकातील प्रसंगावरून कळून येईल. आजही फिजिक्स विषयावरील त्यांची पुस्तके ही शिरोधार्य मानली जातात. नॅनो टेक्नॉलॉजी विषयाचे अत्युच्च पारितोषिक त्यांच्या नावे दिले जाते. अत्यंत तल्लख, प्रगल्भ बुद्धीच्या शास्त्रज्ञाविषयी माहिती घेत असताना मनात कुतूहल जागे झाले. त्यांच्या आयुष्यातील प्रसंग शब्दबद्ध करून ते मराठी वाचकांसाठी उपलब्ध करण्याची ऊर्मी मनात आली. त्या पोटीच या साऱ्या लिखाणाचा प्रवास केला आणि तो करताना मला स्वत:ला हा प्रवास जितका आनंददायी वाटला, तेवढाच तो वाचकांना वाटावा ही ईश्वरचरणी प्रार्थना!

— सुधा रिसबुड

अनुक्रमणिका

रिचर्ड फाईनमन : एक हरहुन्नरी व्यक्तिमत्त्व / १
विज्ञानसागरात विहार / ६
विज्ञानाचे वैश्विक नाते / ८
फ्रेंच कर्व्ह आणि कॅलक्युलसचा अभ्यास / १३
बुद्धीचे दीपस्तंभ / १८
चित्रकला / २४
महाविद्यालयातील दिवस / २७
एमआयटीमधील काळ / २९
प्रिन्स्टन / ३९
वैद्यकीय तपासणी / ४५
फिजिक्समध्ये आकंठ बुडलेले फाईनमन / ५५
मांजराचा नकाशा / ६३
फिजिक्सचा प्राध्यापक, विद्यार्थी जीवशास्त्राचा / ६८

समतोल : शिक्षण व लष्करी सेवेचा / ७०
वीज आणि आग / ७२
शब्दांचे पतंग / ७७
सांस्कृतिक किनार / ८२
बहुभाषिक प्राध्यापक / ८४
जपानमधील वास्तव्य / ८८
पेटंट / १०१
औपचारिकता नोबेल सोहळ्याची / १०७
कामकाज सरकारी समित्यांचे / १११
फिजिक्स सेमिनार / ११५
निर्धार : एकच प्याला / ११७
चॅलेंजरचा स्फोट / ११९
द्रष्टा विचारवंत / १२३

रिचर्ड फाईनमन : एक हरहुन्नरी व्यक्तिमत्त्व

रिचर्ड फाईनमन हे विज्ञाननिष्ठ होते. ते नुसत्याच सिद्धांतांवर कधीही अवलंबून राहायचे नाहीत तर वैज्ञानिक प्रयोगावर त्यांची निष्ठा होती पण ही आंधळी निष्ठा नव्हती. प्रयोग करताना व केल्यानंतर वैज्ञानिकाने प्रयोगाच्या दोन्ही बाजू मांडाव्यात; प्रयोग करताना आलेल्या अडचणी, त्या अडचणींवर त्यांनी कशी मात केली, हेही लिहून ठेवावं अशी त्यांची अपेक्षा असे.

आजचे युग हे नॅनो टेक्नॉलॉजीचे युग आहे. या क्षेत्रात नवीन नवीन शोध लागत आहेत. संगणक क्षेत्र, जैविकशास्त्र, रसायनशास्त्र, या सगळ्या क्षेत्रांत नॅनो टेक्नॉलॉजी उपयोगी पडू शकते हे आज आपण सांगू शकतो. फाईनमन यांनी आपल्या व्याख्यानातून हा विचार १९५९ सालीच मांडला होता. त्यातही गमतीशीर गोष्ट म्हणजे, या व्याख्यानातून त्यांनी मांडलेला विषय हा नुसतीच वैज्ञानिक किंवा विज्ञानकथेतील कल्पना नव्हती, तर नॅनो टेक्नॉलॉजी ही प्रत्यक्षात कशी अस्तित्वात येईल हे त्यांनी १९५९ सालीच सांगितले.

१९६९ साली फिजिक्स विषयात नोबेल पारितोषिक मिळवणारा हा शास्त्रज्ञ अगदीच काही रुक्ष नव्हता. चित्रकला, ड्रम वाजवणे हा त्यांचा छंद होता आणि तो त्यांनी जोपासलाही होता. ते बऱ्यापैकी ड्रम वाजवत. दक्षिण अमेरिकेतील रेड इंडियन जमातीत ड्रम वाजवण्याची प्रथा होती. फाईनमन यांनी ब्राझील, मेक्सिको इथे जाऊनही आपला हा छंद पुरा केला होता. फिजिक्सचे नोबेल पारितोषिक मिळवणाऱ्या या शास्त्रज्ञाला 'रेड इंडियन' समजून त्याच्यापासून दूर पळून जाणाऱ्या

लोकांचा गैरसमज कसा दूर झाला हे फाईनमन यांनी स्वत:च लिहून ठेवले आहे.

शास्त्र शाखेतील विद्यार्थ्यांना शिकवत असतानाच सेमिनार, पेपर प्रेझेंटेशन या दिव्यातून नेहमीच पार पडावे लागते. पण फाईनमनच्या नशिबात त्यांच्या पहिल्यावहिल्याच सेमिनारला कोण उपस्थित होते? आईनस्टाईन, पावली आणि न्युमनसारखे दिग्गज! जे गणित आणि भौतिकशास्त्रातील दीपस्तंभ मानले जात. शाळेतील गायनाच्या परीक्षेकरिता जर पं. जसराज, पं. भीमसेन जोशी आणि पं. मल्लिकार्जून मन्सूर हे एकदमच उपस्थित राहिले तर त्या शालेय विद्यार्थ्यांची काय अवस्था होईल?

किंवा कळंबमधला मुलगा चांगला खेळतो म्हणून त्याची बॅटिंग बघण्यासाठी तेंडुलकर, लारा, जयसूर्या, पाँटिंग असे एकाच वेळी आले तर त्या मुलाची बॅटिंग करताना काय मन:स्थिती असेल? आपला पहिलावहिला सेमिनार हा फाईनमननी अशा दिग्गजांपुढे सादर केला.

आईनस्टाईननंतर विसाव्या शतकात एका मार्गावर अडलेल्या भौतिकशास्त्राला फाईनमननी पुढे नेले. आईनस्टाईननी $E = mc^2$ हे समीकरण मांडले. शक्ती आणि वस्तुमान याचे एकमेकांत रुपांतर करता येते हे दाखवून दिले. त्यांनी मांडलेल्या सिद्धांतांवर अमेरिकेतील राजवटीने, बुद्धिमान शास्त्रज्ञांना एकत्र आणून लॉस अलमॉस, प्रोजेक्टमध्ये बोलावले आणि तेथे जगातील अणुबॉम्बची पहिली चाचणी घडवून आणली.

ज्या अणुबॉम्बमुळे जपानमधील लक्षावधी माणसे क्षणार्धात मेली, त्या अणुबॉम्बच्या चाचणी प्रकल्पाकरता इतक्या साऱ्या हुशार शास्त्रज्ञांनी का बरे जीव ओतून काम केले असावे. त्या प्रकल्पातील अनेक शास्त्रज्ञ हे ज्यू होते. हिटलरने नाझी जर्मनीत ज्यूंचा मांडलेला छळवाद त्यांनी पाहिला होता, पाहात होते, अनुभवत होते आणि हे दुधारी शस्त्र जर हिटलरच्या हातात गेले, तर काय होईल, या एकाच भीतीने, विचाराने हे शास्त्रज्ञ लॉस अलमॉसला काम करत होते. त्या प्रकल्पात फाईनमन होते. अत्यंत तरुण वयात त्या प्रकल्पात काम करण्यासाठी त्यांना पाठवलं होतं. ओपन हायमर, नील्सभोर या नामवंत शास्त्रज्ञांच्या बरोबरीने ते काम करत होते.

फाईनमन हे स्वत: ज्यू होते. विज्ञानाचा किंवा शास्त्राचा अभ्यासक हा सहसा कुठल्याच कर्मठ, धार्मिक विचारांचा कडवा पुरस्कर्ता नसतो पण त्याचबरोबर त्याची समाजाशी असलेली बांधीलकी आणि बालपणाचे संस्कार हेही त्याच्या व्यक्तिमत्त्वाचे प्रमुख घटक असतात. फाईनमन हे स्वत: धार्मिक विचारांचे समर्थक नव्हते पण त्यांच्या व्यक्तिमत्त्वाच्या जडणघडणीमध्ये त्यांच्या आजूबाजूची परिस्थिती, बालपणीचे संस्कार, आईवडलांची शिकवणूक या गोष्टींचा वाटा बराच मोठा होता.

आईची तरल विनोदबुद्धी आणि वडलांचं शास्त्रीय अभ्यासाविषयी, विज्ञानाविषयीचं ममत्व, या दोन्ही गोष्टी त्याच्या स्वभावात उतरल्या होत्या. मुळापासून विचार करण्याची क्षमता आणि फिजिक्सचं गाढं ज्ञान, यामुळे त्यांनी फिजिक्सच्या अभ्यासाचं नवं दालन उघडून दिलं.

गणित ही फिजिक्सच्या समुद्रात सफारी करण्याची नौका आहे; नव्हे सध्याच्या भाषेत म्हणजे पाणबुडी, सबमरीन आहे. ते ज्याला कुशलतेने चालवता येईल ती व्यक्ती फिजिक्सच्या महासागराचा शोध, वेध सहजतेने घेऊ शकते.

फाईनमन यांचं गणितावर खास करून कॅलक्युलसवर विलक्षण प्रभुत्व होतं. शाळेत असतानाच ते तासाला गडबड करत, म्हणून त्यांच्या शिक्षकांनी त्यांना कॅलक्युलसचं पुस्तक दिलं होतं व ते पूर्ण झाल्याशिवाय वर्गात तोंड उघडायचं नाही, अशी तंबी दिली होती. याचा फाईनमनना पुढच्या आयुष्यात विलक्षण फायदा झाला. कॅलक्युलसची गणितं इतरांपेक्षा चटकन पण वेगळ्या पद्धतीने सोडवण्याची कला त्यांना सापडली.

चॅलेंजरचा स्फोट झाल्यानंतर जी चौकशी समिती बनवली गेली, त्यावर फाईनमन होते. त्यावेळी त्यांनी केलेले काम म्हणजे इतरांसाठी घालून दिलेला आदर्शच होता. निर्भीडपणे सरकारी किंवा कुठल्याही दबावाखाली न जाता त्यांनी या समितीचे काम केले आणि नासाच्या कामाबद्दल काही मूलभूत शंका विचारल्या. कोलंबिया कोसळल्यानंतर फाईनमन यांनी तेव्हा विचारलेल्या शंकांची आठवण लोकांना झाली.

सखोल व्यासंग, अत्यंत सुस्पष्ट विचार आणि विज्ञानविषयाचा दृष्टिकोन याकरता आजचे विज्ञान फाईनमन यांचे नेहमीच ऋणी राहील.

रिचर्ड फिलिप्स फाईनमन यांचा जन्म ११ मे १९१८ रोजी न्यूयॉर्क येथे झाला. त्यांच्या आईचे नाव होते ल्यूसिल फिलिप्स. त्यांची आई चतुरस्र, विलक्षण हजरजबाबी आणि मिश्कील स्वभावाची होती. फाईनमन यांच्या स्वभावात हाच अंश उतरला होता. फाईनमन यांचे वडील मेलव्हिल हे सेल्समन होते. घरची परिस्थिती मध्यमवर्गीय पण वडलांना शास्त्रीय विषयांची गोडी होती. फाईनमन यांच्या जन्माच्या आधीच वडलांनी ठरवले होते, की मुलाला शास्त्रज्ञ करायचे. रिचर्ड फाईनमन यांची बहीण सुद्धा फिजिक्स विषय घेऊन डॉक्टर झाली.

वडलांच्या व्यक्तिमत्त्वाचा फाईनमन यांच्यावर प्रभाव पडला होता. प्रत्येक गोष्टीकडे डोळसपणे बघ, समोरील व्यक्तीच्या पदाकडे बघून निमूटपणे ऐकून घेऊ नकोस ही शिकवण फाईनमनना वडलांकडून मिळाली. वयाच्या पंधराव्या वर्षी रिचर्ड फाईनमननी, डिफरन्शिअल आणि इंटिग्रल कॅलक्युलसमध्ये नैपुण्य मिळवलं होतं. १९३६ मध्ये त्यांनी एमआयटी येथे शिक्षणासाठी प्रवेश घेतला आणि फिजिक्स विषयाच्या संदर्भातील सर्व उपविषय किंवा आज ज्याला कोर्सेस म्हणतात ते सर्व कोर्स त्यांनी घेतले, अभ्यासले. १९३९ साली एमआयटी मधून बी.एससी. ही पदवी त्यांनी घेतली. त्यानंतर पदव्युत्तर अभ्यासासाठी त्यांनी प्रिन्स्टन इथे प्रवेश घेतला. तिथे त्यांच्या पीएच.डी. च्या अभ्यासाची सुरुवात झाली. हा काळ दुसऱ्या महायुद्धाचा होता. १९४२ साली त्यांनी डॉक्टरेट पूर्ण केली. पीएच.डी. च्या अभ्यासात त्यांनी अणू, अणुपेक्षाही लहान कणांबद्दल संशोधन केले. ते जन्माने ज्यू मातापित्यांच्या पोटी जन्मले होते; पण वडलांचा प्रभाव आणि शास्त्राची गोडी यामुळे त्यांच्या स्वभावात धार्मिक कडवेपणा राहिला नव्हता. पीएच.डी. पूर्ण करतानाच आपल्या बालपणीची मैत्रीण अरलीन ग्रीनबाऊमशी ते विवाहबद्ध झाले. लग्नापूर्वीच तिला क्षयाचे निदान झाले होते. तरीही त्यांनी लग्न करून तिची सर्व शुश्रूषा केली. त्यावेळी त्यांचे वय होते चोवीस! १९४२ साली त्यांना अमेरिकेच्या अणुबॉम्ब प्रकल्पाच्या कामासाठी लॉस अलमॉसला पाठवण्यात आले. तिथे त्यांना हॅन्स बेथे यांनी गट प्रमुख म्हणून काम दिले. त्यांची पहिली पत्नी १६ जून १९४५ रोजी मृत्यू पावली.

युद्ध संपल्यानंतर ते कॉर्नेल विद्यापीठात आले. इथेच त्यांनी

अणुपेक्षाही सूक्ष्म कणांचा अभ्यास सुरू केला. त्यांच्या अभ्यासाकरता त्यांनी जे डायग्रॅम शोधले ते 'फाईनमन डायग्रॅम' म्हणून प्रसिद्ध आहेत. आजही स्ट्रिंग थिअरीच्या अभ्यासासाठी त्याचा उपयोग होतो. १९५० साली ते कॅल्टेक इथे प्राध्यापक म्हणून रुजू झाले. १९६५ मध्ये त्यांना त्या वर्षीचे फिजिक्सचे नोबेल पारितोषिक अन्य दोन शास्त्रज्ञांसह विभागून मिळाले. इयुलियन श्वाविंगर आणि टोमोंगा ही त्या दोघांची नावे होती.

∎

विज्ञानसागरात विहार

अमेरिकेमध्ये एकोणिसाव्या शतकाच्या उत्तरार्धात आणि विसाव्या शतकाच्या सुरुवातीला अनेक ज्यू धर्मीय लोक वास्तव्यास आले होते. त्यांच्यात रशिया, पोलंड व जर्मनीमधूनही तेथे स्थायिक होण्यासाठी बऱ्याच ज्यू धर्मीयांनी आपापली मायभूमी सोडली होती. अनेक ज्यू धर्मीयांनी अमेरिकेचे नागरिकत्व पत्करले होते. त्या काळात अमेरिकेत मुक्त शास्त्रीय विचार भरभराटीला येत होते. नव्या नव्या तंत्रज्ञानाची दारे उघडत होती. विपुल साधनसंपत्ती, अफाट आकार, कमी लोकसंख्या या सगळ्याच गोष्टीमुळे, अमेरिकेची विज्ञान आणि तंत्रज्ञानाच्या क्षेत्रातही घोडदौड चालू होती. अमेरिकेच्या नंतरच्या शास्त्रीय प्रगतीत ज्यू शास्त्रज्ञांनीही फार मोठा हातभार लावला होता.

रिचर्ड फिलिप्स फाईनमन यांचे माता-पिता ज्यू होते. त्यांचे लहानपण काही गरिबीत, हलाखीत गेले नाही. त्यांचे वडील सेल्समन होते पण त्यांना स्वत:ला शास्त्राची, विज्ञानाची विलक्षण आवड होती. ही आवड त्यांनी लहानपणीच मुलांच्या स्वभावात रुजवण्याचा पद्धतशीर प्रयत्न केला. सुट्टीच्या दिवशी त्यांचे वडील त्यांना घेऊन रानावनात भटकायला जात आणि तेथेच वडलांच्या संगतीत छोट्या रिचर्डचे विज्ञानाचे वर्ग सुरू होत, तेही त्याच्या नकळत. फिरता फिरता ते त्याला वेगवेगळ्या वनस्पती दाखवत, पक्षी दाखवत. असाच त्यांनी एके दिवशी एक पक्षी दाखवला आणि तो दाखवून त्याचे वडील म्हणाले, 'त्या पक्षाचे नाव वेगवेगळ्या भाषेत वेगवेगळे आहे. त्या पक्षाला कोणत्या देशात कोणत्या भाषेत काय म्हणतात हे महत्त्वाचे नाही. तो कसा दिसतो ते बघ, त्याची पिसं बघ. तो काय खातो, कसं

घरटं बांधतो, ते बघ. तो हजारो मैलांचं अंतर कापून दुसऱ्या देशी जातो आणि परत याच ऋतूत, याच वेळी इथे येतो.' फाईनमन यांच्या मनावर या गोष्टीमुळे जे संस्कार झाले, त्याविषयी त्यांनी स्वतःच पुढे म्हटलं आहे की, 'या सर्व गोष्टींचा माझ्या मनावर कुठेतरी खोलवर परिणाम झाला. त्यामुळे भौतिकशास्त्रातील कुठल्याही नियमाचं नाव, परिणामाचं नाव माझ्या कधीही लक्षात राहात नसे. मला फक्त भौतिकशास्त्राचे नियम ठाऊक असत.' अगदी नोबेल पारितोषिक स्वीकारल्यानंतरही अनेकदा जेव्हा विद्यार्थी किंवा तज्ज्ञ मंडळी त्यांच्याबरोबर चर्चा करायला येत त्यावेळीही ते त्या मंडळींना, अडलेली गणिते किंवा शंका सोडवून दाखवत. मग ते समजून घेणारा म्हणत असे,

'अच्छा म्हणजे कॉम्प्टन परिणामानुसार असं घडतं तर.'

'कोणता परिणाम?' फाईनमन विचारत.

नोबेल पारितोषिक मिळवणारा हा शास्त्रज्ञ इतका कसा अजागळ, असे भाव विचारणाऱ्याच्या चेहऱ्यावर उमटत.

■

विज्ञानाचे वैश्विक नाते

'निसर्ग हा नेहमीच गणिताच्या भाषेत बोलतो, त्यामुळे या निसर्गाचं खरं सौंदर्य बघायचं असेल तर ही भाषा येणं आवश्यक आहे. ज्यांना गणित समजत नाही त्यांना या सृष्टीचं, निसर्गाचं सौंदर्य समजणं अवघड आहे.' हे उद्गार आहेत रिचर्ड फिलिप्स फाईनमन यांचे! आईनस्टाईननंतर ज्यांच्याभोवती प्रसिद्धीचे आकर्षक वलय सदैव राहिले, असा विसाव्या शतकातला एक प्रभावी शास्त्रज्ञ! या माणसाने जीवनावर भरभरून प्रेम केलं. फिजिक्ससारखा रूक्ष विषय! खरं म्हणजे, जनसामान्यांना या विषयाच्या जवळही फिरकण्याची इच्छा नसते. एकवेळ नट-नट्या, खेळाडू किंवा गर्भश्रीमंत व्यक्ती या प्रसिद्धीच्या झोतात राहतात किंवा तसे राहिल्याशिवाय त्यांना तरणोपायच उरत नाही; पण शास्त्रज्ञ हे सर्वसामान्य जनतेच्या लक्षात राहणं, म्हणजे जरा अपूर्वाईच! अपवादात्मक एखादा न्यूटन सफरचंदाच्या रुपाने जनतेच्या लक्षात राहतो, तोही बहुतेक वेळा हा प्राणी 'हे सफरचंद झेलून खायचं सोडून त्यावर विचार काय करत बसलाय' या प्रश्नामुळेच अधिक लक्षात राहतो. न्यूटननंतरचा सणसणीत अपवाद म्हणजे आईनस्टाईन! या सद्गृहस्थाने नेमकं काय केलं, हे बहुधा कुणालाच कळत नसावं! तो एकदा सेमिनारला उपस्थित होता. तेव्हा तिथं एक प्रदीर्घ किचकट प्रबंध वाचून दाखवला गेला आणि त्यानंतर त्याविषयी तज्ज्ञांच्या बऱ्याच चर्चा झाल्या. तो प्रबंध कुणाचा आहे याचा त्याला अंदाज येईना. तेव्हा आईनस्टाईनने विचारणा केली, त्यावेळी त्याला सांगण्यात आले की, त्याचाच तो प्रबंध आहे आणि तेथे जमलेली मंडळी ही त्याविषयीच सखोल चर्चा करत आहेत. तेव्हा असं म्हणतात की

आईनस्टाईन उद्गारला, 'हे एवढं सगळं मी मांडलं आहे?' तात्पर्य काय की या माणसाने लावलेल्या शोधाचा कीस काढून अनेकांनी त्यावर डॉक्टरेटच काय पण नोबेल पारितोषिकंही मिळवली; पण सामान्य जनतेच्या दृष्टीने, आईनस्टाईनच्या युगप्रवर्तक शोधाची व्याप्ती ही Em आणि c^2 या तीन अक्षरातच संपते.

आईनस्टाईनचे व्यक्तिमत्त्व ऋषितुल्य होते. नंतरच्या काळात आईनस्टाईन लोकांच्या लक्षात राहिला तो एक तत्त्वज्ञ म्हणून! विचारवंत म्हणून! क्रियाशील राजकारणापासून तो नेहमीच अलिप्त राहिला. तो जन्माने ज्यू होता पण विचारांनी नेहमीच धार्मिक बाबींपासून वेगळा झाला. अणुबॉम्ब बनू शकतो हे त्यांच्या संशोधनामुळेच सिद्ध झाले पण तो बनवू नये या मताचाही त्याने कळकळीने प्रचार केला. हिटलरने अणुबॉम्ब बनवण्यापूर्वी अमेरिकेने तो बनवावा, अशा विचारांनी अनेक ज्यू शास्त्रज्ञांनी अमेरिका प्रकल्पामध्ये काम केले. या प्रकल्पात सक्रिय काम केलेला आणि जगातील पहिल्या अणुबॉम्बची चाचणी नुसत्या डोळ्यांनी, गॉगलशिवाय बघणारा, जगातील एकच माणूस म्हणजे रिचर्ड फाईनमन! अमेरिकेने बॉम्ब बनवावा किंवा बनवू नये याचे जाहीर मतप्रदर्शन त्याने केले किंवा नाही, याला तेव्हा काहीच महत्त्व नव्हते कारण त्यावेळी त्याचे वय आणि नावही तेवढे नव्हते.

अणुबॉम्बच्या प्रकल्पाचे काम पूर्ण झाल्यानंतर फाईनमन यांच्या वरिष्ठ सहकाऱ्याची प्रतिक्रिया फार बोलकी होती. बॉब विल्सन हा त्यांचा सहकारी होता. प्रकल्प पूर्ण झाल्याचा आनंद सगळ्यांनाच झाला पण हे आपण किती भयंकर काम केले आहे, याची जाणीव बॉब विल्सननी फाईनमनना करून दिली. त्यावेळी फाईनमन यांचे वय २३-२४ वर्षांचे होते. काही दिवसांनी आपल्या खोलीच्या खिडकीतून बाहेर चाललेले बांधकाम बघताना त्यांना क्षणभर वाटले की, ही मंडळी आपला वेळ उगाचच वाया घालवत आहेत. या सगळ्याचा काय उपयोग होणार आहे? युद्धात हे सगळंच नाहीसं होणार, मात्र काही वर्षांनी फाईनमननीच कबूल केले की ही मंडळी चूक नव्हती. माणसाची आशा आणि जीवनाबद्दल ओढ विलक्षण असते हे त्यांनी मान्य केले. या माणसाला जीवनाविषयी विलक्षण उत्साह होता. केवळ फिजिक्सच नव्हे तर आपल्या आयुष्यात वेगवेगळ्या क्षेत्रांतील अनुभवांना

सामोरे जाण्यास त्यांचा उत्साह दांडगा होता पण फिजिक्स हा मूळ पिंड. कॉलेज जीवनात होस्टेलवर राहून शिक्षण घेताना मुलांमध्ये एक जो खोडकरपणा असतो; तो त्यांच्या ठायीही पुरेपूर होता. खोड्या करणे, खोड्या काढणे आणि इतकंच नाही तर डोकं लढवून खोड्या काढणे, हे त्यांच्या स्वभावाचे एक अंग होते; पण त्यातही एक प्रामाणिकपणा असायचा. कुणाला त्रास होईल किंवा कुणी फसवलं जाईल अशी कोणतीही गोष्ट ते करत नसत. त्यात कुठलाही स्वार्थी हेतू नसायचा. उगीच तत्त्वज्ञाचे सोंग घेऊन उपदेशाचे पाठ पढवणे, फाईनमनना कधीच जमले नाही. ते सदैव विद्यार्थ्यांमध्येच वावरले. फिजिक्स शिकवण्यात आणि फिजिक्समध्ये संशोधन करण्यातच त्यांनी आपल्या आयुष्याची इतिकर्तव्यता मानली. प्रचंड मानधन देणारी नोकरी न पत्करता जिथे शिकवण्याचा पुरेपूर आनंद मिळेल व संशोधनालाही वाव मिळेल ती नोकरीच त्यांनी महत्त्वाची मानली. अमेरिकेत भौतिकशास्त्रज्ञांची एक पिढी निर्माण करण्यात त्यांचा मोठा सहभाग होता.

विद्यार्थ्यांना शिकवण्यातच फाईनमन जास्त रमत असत. शैक्षणिक क्षेत्रापेक्षा वेगळे क्षेत्र निवडण्याची कल्पना त्यांना कधी रुचलीच नाही. त्यांचे मन नेहमीच विद्यार्थ्यांमध्ये रमायचं, फिजिक्सव्यतिरिक्त ड्रम वाजवणे हाही त्यांचा एक छंद होता; पण फिजिक्स हे त्यांचे सर्वस्व होते. आपण ड्रम वाजवतो याचा बाऊ करण्यापेक्षा लोकांनी आपल्याला फिजिक्समधील कामाकरताच ओळखावे असे त्यांना मनापासून वाटे. विश्वाची उत्पत्ती किंवा विश्वाचे रहस्य अजून शास्त्राला, विज्ञानाला कळलेले नाही, हे मान्य करायला फाईनमनना कधीच कमीपणा वाटला नाही. ती माहिती असलीच पाहिजे किंवा प्रत्येक प्रश्नाचे उत्तर हे कळलेच पाहिजे, हाही त्यांचा अट्टाहास नव्हता.

या विश्वाच्या रहस्याचे नियम हे भौतिकशास्त्राच्या अभ्यासातून कळू शकतील असे त्यांचे मत होते. 'देव फासे टाकून जगाचा सारीपाट खेळत नाही' असे आईनस्टाईन म्हणायचा तेव्हा 'देवाने काय करावे ते तुम्ही देवाला सुचवत जाऊ नका' (Do not tell the God, what to do) असे आईनस्टाईनचे सहकारी गमतीने त्यांना सांगत असत. या विश्वातील जे रहस्य माणसाला ठाऊक नाही त्या रहस्याची निर्मिती, त्या गोष्टीची

रचना देवाने केली आहे; ज्या चमत्कृती मानवी जीवनाला अनाकलनीय आहेत त्या देवाने निर्माण केलेल्या आहेत, असा एक विश्वास जगात सर्वत्र पसरला आहे असे फाईनमन म्हणायचे. ज्या ज्या वेळी प्रत्येक, छोट्या छोट्या रहस्याचा देखील उलगडा होत जातो, तसा तसा देवाचा त्याच्या निर्मितीतला सहभागही कमी होतो असे ते मानायचे. बुद्धिबळाचा खेळ हा जर आपण बराच वेळ बघत राहिलो, त्याचे नीट निरीक्षण करत राहिलो तर बऱ्याच कालावधीनंतर त्यातल्या खेळी या नीटपणे समजू शकतात! फाईनमन यांचा विश्वास होता की या विश्वाच्या नियमांचेही बुद्धिबळासारखेच आहे. मानवी जीवन क्षणभंगुर आहे, त्यामुळे विश्वाच्या अफाट कालावधीत होणारा खेळ हा मानवी मनाला अतर्क्य वाटतो; पण जर आपण या खेळाचे काळजीपूर्वक निरीक्षण करू लागलो तर त्या खेळाचे नियमही आपल्याला समजू शकतील आणि हे नियम म्हणजे दुसरे तिसरे काही नसून Law of fundamental physics, भौतिकशास्त्राची मूलभूत तत्त्वे असतील असे फाईनमन म्हणत.

    या विश्वाचे सौंदर्य, या विश्वातील अनंत घडामोडी, त्यामागे असलेले समान वैश्विक नियम, वैश्विक धर्मांचं फाईनमन यांना विलक्षण आकर्षण होतं, कौतुक होतं. या जगात इतक्या विविध घटना घडत असतात पण तरीही ज्या नियमांना धरून त्या घटना घडत असतात, ते नियम या विश्वात सर्वत्र सारखेच आहेत. भौतिकशास्त्राचे नियम, गुरुत्वीय चुंबकीय बलाचे नियम, या विश्वातील घडामोडींमागचे गणिताचे नियम, पदार्थामधील अणुरेणू रचना, त्याच्यातील सुसंगती, अणुरेणूच्या पातळीवरील हालचाली, त्यातील सौंदर्य, नीटनेटकेपणा कुठल्याही जाणकार शास्त्रज्ञाच्या मानवी मनाला भुरळ पाडते. विश्वाच्या विविधतेतील एकतेने माणूस अवाक होतो. ज्याला गणित समजते त्याला फिजिक्स समजते, केमेस्ट्री समजते, बायॉलॉजी समजू शकते आणि ज्याला हे समजू शकते, त्याला या विश्वाचे सौंदर्य आणि वेगळेपणा समजू शकतो. मग तो माणूस वरवर कितीही खेळकर स्वभावाचा वाटला तरी निसर्गाच्या, विश्वाच्या अथांग जाणिवेमुळे कुठेतरी अंतर्मुख होतो. फाईनमन यांच्या विचारातून ही त्यांची अंतर्मुखता, अस्वस्थता जाणवते आणि असा माणूस मग निखळ प्रामाणिक असेल

तर कितीही नाकारले तरी सामाजिक जाणिवा, बांधीलकीही स्वीकारत जातो. नेत्यांचा, राजकारणी लोकांचा ढोंगीपणा, हाजी हाजी करण्याची प्रवृत्ती, भ्रष्टाचार याचा त्याला विलक्षण उबग येतो. प्रचंड संपत्तीचा हव्यास, अधिकाराच्या जागा, मोठमोठाली पदे भूषवण्याचा सोस, तो सहजपणे झिडकारू शकतो. आईनस्टाईन यांनी हे केले. इस्राईलचे अध्यक्षपद नाकारले.

फाईनमननी स्वत:च्या विषयातील डॉक्टरेट या पदवीव्यतिरिक्त, इतर कोणतीही डॉक्टरेट घेण्यास नकार दिला. त्यामुळे माझ्या मूलभूत संशोधनाने प्राप्त केलेल्या डॉक्टरेटला कमीपणा येऊ शकतो असे मत व्यक्त करत, त्यांनी असे मानसन्मान नाकारले. प्रज्ञावंतांना नेहमीच आपल्या प्रतिभेचा, प्रज्ञेचा सार्थ अभिमान असतो. रामदेवराय यादव राजाच्या पदरी असलेल्या, कवी नरेंद्राने आपल्या कवी-कुलाला बोल लागेल असे सांगून राजाने त्याला देऊ केलेला अगणित संपत्तीचा नजराणा नाकारला होता. कारण काय तर त्या संपत्तीच्या मोबदल्यात राजाने ते काव्य लिहिले आहे असे नरेंद्राने सांगावे अशी अट घातली होती. बुद्धीचा सार्थ अभिमान ही प्रज्ञावंताची खूण असते.

फ्रेंच कर्व्ह आणि कॅलक्युलसचा अभ्यास

कॅलक्युलस हा गणिताचा एक भाग आहे. फाईनमन यांचे कॅलक्युलस हे शालेय जीवनापासून अत्यंत चांगले होते. अनेक मुले ही १० वी/ ११ वी किंवा ज्युनियर कॉलेजमधून हा विषय शिकतात. संपूर्ण तयारीनिशी त्यातली गणिते ही पटापटा सोडवतात; पण मूलत: हा विषय समजून घेण्याचा आहे, पाठांतराचा नाही आणि हा विषय समजल्यावर मात्र फाईनमननी विद्यार्थ्यांची आणि मित्रांची बरीच थट्टा केली. एमआयटीमध्ये शिकत असताना बऱ्याच वेळा ते मुलांच्या फिरक्या घेत. असेच एकदा मेकॅनिकल ड्रॉईंगच्या तासाला, एका वात्रट मुलाने फ्रेंच कर्व्ह उचलला. फ्रेंच कर्व्हचा उपयोग हा वेगवेगळे वक्राकार काढण्यासाठी होतो. हा प्लॅस्टिकचा असतो आणि अभियांत्रिकीच्या विद्यार्थ्यांना, ड्राफ्ट्समनना फ्रेंच कर्व्हचा उपयोग करावा लागतो. फ्रेंच कर्व्हचा आकार मजेशीर असतो. फ्रेंच कर्व्ह त्या मुलाने हातात घेतला आणि हातात धरून तो नाचवत जोरजोरात ओरडू लागला, 'हा बघा फ्रेंच कर्व्ह, या कर्व्हचा काही खास फॉर्म्युला आहे का?' फाईनमननी त्याला थांबवले, क्षणभर विचार केल्यासारखे भासवले आणि ते म्हणाले, 'का नाही? अरे हा फ्रेंच कर्व्ह तर फारच मजेशीर आहे. त्याची खासियत तुम्हाला माहिती नाही? त्या तुकड्यावर जे वेगवेगळे कर्व्ह आहेत ना ते फार वैशिष्ट्यपूर्ण आहेत. दाखवू का कसे ते? हे बघ दाखवतोच.' फाईनमननी तो कर्व्ह हातात घेतला, 'हे बघा, हा कर्व्ह असा बनवला आहे की या कर्व्हच्या खालच्या अगदी शेवटच्या बिंदूतून जाणारी स्पर्शिका (टॅजन्ट) ही नेहमीच आडवी म्हणजे हॉरिझॉंटल

असते. बघ, तू हा कर्व्ह कसाही फिरव आणि बघ त्याच्या खालच्या बिंदूतून जाणारी स्पर्शिका ही आडवीच आहे का नाही!' फाईनमनच्या या उद्गारानंतर मात्र वर्गातले दृश्य बघण्याजोगे होते. वर्गातील प्रत्येक मुलगा हा फ्रेंच कर्व्ह वेगवेगळ्या कोनातून हातात धरत होता आणि स्वत:ची पेन्सिल ही त्या कर्व्हच्या सगळ्यात शेवटच्या बिंदूपर्यंत फिरवून आणत होता आणि असे करत असताना त्या प्रत्येकालाच साक्षात्कार होत होता की, प्रत्येक कर्व्हवरील सगळ्यात खालच्या बिंदूतून जाणारी स्पर्शिका ही आडवी होती. हा नवीन शोध बघून वर्गातील सगळ्याच मुलांना फार मजा वाटत होती.

खरं तर या गोष्टीत नवीन काहीच नव्हते. एव्हाना इतके कॅलक्युलस हे सगळ्याच शास्त्र शाखेच्या मुलांना येणे अपेक्षित असते. त्यात मेख अशी आहे की प्रत्येक कर्व्हच्या सगळ्यात खालच्या बिंदूचे डेरीव्हेटिव्ह (dy/ax) हे नेहमी शून्य असते. म्हणजेच तिथून त्या कर्व्हला स्पर्शून स्पर्शिका जात असते आणि स्पर्शिका नेहमीच, कर्व्हला स्पर्शून आडवीच जाते; पण माहिती असलेल्या गोष्टीचा प्रत्यक्ष संबंध मुलांनी कधीच लावला नव्हता. केवळ पुस्तकी ज्ञानाचीच घोकंपट्टी ती मुले करत होती. आपल्याला काय शिकवले आहे, कॅलक्युलसमधील कल्पना आणि प्रत्यक्ष कर्व्ह यांच्याशी असलेला संबंध ताडणे इ. गोष्टी त्यांनी कधीही केल्या नव्हत्या. शास्त्राच्या संबंधात; फाईनमन त्याच्या विद्यार्थ्यांना हेच सांगायचा प्रयत्न करत. समजून घेऊन शिकण्याचा प्रयत्न करा, शिक्षण म्हणजे घोकंपट्टी नाही. गणित हे भौतिकशास्त्र शिकण्याचे, समजून घेण्याचे एक साधन आहे. फाईनमननी फिजिक्सची घोकंपट्टी कधीच केली नाही. फिजिक्समधील प्रत्येक कल्पना ते समजून घेत. याच त्यांच्या वृत्तीमुळे क्वांटम फिजिक्समध्ये एक नवे दालन त्यांनी उघडले. फाईनमन डायग्रॅममुळे आईनस्टाइननंतर एका वळणावर येऊन थबकलेल्या भौतिकशास्त्राला फाईनमननी गती दिली. त्याच्या शोधक वृत्तीमुळे, निसर्गातील सर्व बलांना एकत्रित आणून एका सूत्रात गुंफायचे आईनस्टाईनचे कार्य पुढे चालू झाले. कुठल्याही देशात वा समाजजीवनात हुशार मुलांची वानवा नसते; पण वेळीच त्यांच्यातील शोधक वृत्ती जागृत झाली तर पठडीतले इंजिनियर तंत्रज्ञ न बनता, ती मुले पुढील आयुष्यात चांगल्या दर्जाचे संशोधक बनू शकतात. संशोधक हे स्वभावाने

कल्पक असले तरच शास्त्रीय शोध लागतात. नाहीतर सफरचंद सगळेच खातात पण त्यातून गुरुत्वाकर्षणाचा शोध लावणारा न्यूटन एखादाच असतो.

ज्या काळात संगणक एखाद्या महाकाय इमारतीच्या सभागृहातील भली मोठी जागा व्यापायचे, त्या पूर्वीचाही काळ जर आठवला तर तेव्हा गणितही जुन्या पद्धतीनेच शिकवले जायचे. खरं तर मूळ गणित हे गेल्या पन्नास वर्षांतच काय, पण गेल्या ४००/४५० वर्षांतही बदललेले नाही आणि 'ॲडव्हान्स मॅथेमॅटिक्स' किंवा अभियांत्रिकीकरता शिकवले जाणारे गणित हे २००/३०० वर्षांपासून तसेच चालत आले आहे आणि गॉस, रिनमन या मंडळींनी गेल्या २००/२५० वर्षांत जे काही काम करून ठेवले आहे त्या पायावर आजचे ॲडव्हान्स मॅथेमॅटिक्स उभे आहे. फाईनमनना फिजिक्स शिकवण्यासाठी जे शिक्षक होते त्यांना गणिताविषयी चांगलीच जाण होती. एकंदरीतच फाईनमन यांचा स्वभाव पाहता या मुलाला वेळीच जागे केले नाही तर तो वाया जाईल या भीतीने त्यांनी फाईनमनना 'ॲडव्हान्स कॅलक्युलस'चे पुस्तक हाती दिले आणि या मुलाने ते पुस्तक आपल्या शालेय जीवनाच्या एका वर्षात अभ्यास करून संपवले.

कॅलक्युलसचा अभ्यास

शास्त्राच्या प्रत्येक विद्यार्थ्याला उच्च गणिताचे ज्ञान असणे हे अनिवार्य असते. कॅलक्युलस हा उच्च गणितातीलच एक भाग आहे आणि ज्याचे गणित चांगले असते त्याला भौतिकशास्त्रातील कुठलाही अभ्यास करणे जड जात नाही. फाईनमन यांचे कॅलक्युलस हे विद्यार्थीदशेतच फार चांगले होते. आपल्या शिक्षकांमुळे आपले गणित चांगले झाले, याची जाणीव फाईनमनना होती. त्यांना उच्च माध्यमिक शाळेत श्री. बाडेर हे भौतिकशास्त्र शिकवायचे.

पण भौतिकशास्त्राच्या तासाला फाईनमन यांची वर्गात नेहमीच बडबड चालू असायची. तासाला सदैव दंगा करणाऱ्या या विद्यार्थ्याला भौतिकशास्त्राच्या श्री. बाडेर यांनी बोलावून घेतले आणि ते म्हणाले, "तू वर्ग चालू असताना फारच दंगा करतोस, वर्गात मी शिकवत असताना तुझी प्रचंड बडबड चालू असते. तू असा का वागतोस, ह्याचं

कारणही मला ठाऊक आहे. तुला कंटाळा येतो आणि त्यामुळे तुझी बडबड चालू असते. मी त्यावर एक उपाय शोधून काढला आहे." आणि असं म्हणून श्री. बाडेंनी त्यांना एक पुस्तक दिले. पुस्तक त्यांच्या हाती सोपवून ते म्हणाले, "हे बघ, तू हे पुस्तक घे आणि पुढच्या तासापासून मागच्या बाकावर जाऊन बसायचं, तिथ कोपऱ्यात मागे बसून या पुस्तकाचा अभ्यास चालू कर. जेव्हा या पूर्ण पुस्तकाचा अभ्यास तू करशील, तेव्हाच तू तासाला पुन्हा तोंड उघडायचंस, समजलं?"

इतकं बोलून बाडेंनी त्यांच्या हातात कॅलक्युलसचं पुस्तक दिलं. लेखकाचं नाव होतं वुड्स, पुस्तकाचं नाव होतं 'अॅडव्हान्स्ड कॅलक्युलस'. खरं म्हणजे असे शिक्षक मिळणं हेच फाईनमन यांचं भाग्य होतं. कारण परीक्षा, परीक्षेसाठी गुण मिळवणं आणि तेवढाच अभ्यास करणं, तेवढ्यापुरतंच गणित शिकणं आणि शिकवणं अशी समजूत असते आणि गणित शिकवण्याच्या आटापिट्यामध्ये गणितातील मौज काय असते, याची पुसटशी कल्पनाही विद्यार्थ्यांना येऊ नये, यासाठी जणू काही शिक्षण खातं दक्ष असतं. फाईनमन यांच्या काळात परिस्थिती काही फारशी वेगळी नव्हती. साहजिकच जात्याच हुशार असलेल्या मुलांना शाळेचा साचेबद्ध अभ्यास नेहमीच कंटाळवाणा वाटे. आईनस्टाईनही नाही का शाळा सोडून बाहेर फिरण्यात वेळ घालवायचा. पुढचे काही दिवस फाईनमननी न्यूटन, पास्कल इ. भौतिकशास्त्रज्ञांचा, फिजिक्सच्या तासाला विचारच केला नाही. ज्या वयात मुलं शालेय, क्रमिक अभ्यासक्रमातील भौतिकशास्त्र शिकत होती, त्या वयात, फाईनमननी उच्च गणित आत्मसात करण्यास सुरुवात केली. इंटिग्रल चिन्हाच्या आतील वेगवेगळी पॅरामीटर कसे डिफरनशिएट करायचे, अॅडव्हान्स कॅलक्युलसमधील फुरिअर सीरीज, बेसल फंक्शन, एलिप्टिकल फंक्शन ही गणितं कशा प्रकारे सोडवायची, हे फाईनमन त्या पुस्तकावरून शिकले. गणिताचा हा अभ्यास त्यांना एक साधन म्हणून वापरता आला. त्यांना या प्रकरणांचे ज्ञान कुणा गुरुकडून मिळाले नव्हते. स्वतः त्या पुस्तकावरून त्यांनी ते मिळवले होते. याचा परिणाम असा झाला की इतरांना कॅलक्युलसचे जे साचेबंद शिक्षण मिळाले, त्यापेक्षा वेगळे शिक्षण फाईनमनना मिळाले. पुढे विद्यापीठात प्रिन्स्टन आणि

एमआयटीमध्ये गेल्यावर याच ज्ञानाच्या साहाय्याने ते भौतिकशास्त्रातील कठीण गणिते सोडवून द्यायचे. इतर विद्यार्थ्यांना प्रयत्नांनीही जे जमायचे नाही ते फाईनमनना सहजगत्या जमायचे. कारण त्यांच्या गणिते सोडवण्याच्या पद्धती या इतरांपेक्षा वेगळ्या होत्या. ∎

बुद्धीचे दीपस्तंभ

महाविद्यालयातील शास्त्राच्या, अभियांत्रिकीच्या प्रत्येक विद्यार्थ्याला सेमिनार द्यावाच लागतो. ज्या विषयावर सेमिनार द्यायचा असतो, त्याकरिता विद्यार्थी साहजिकच जीव तोडून अभ्यास करत असतात. अत्याधुनिक तंत्रज्ञानाच्या युगात, अनेक महाविद्यालयातील सेमिनार हे संगणकाच्या साहाय्याने देखील दिले जातात पण फाईनमननी त्यांच्या विद्यार्थी दशेत महाविद्यालयात सेमिनार दिला तेव्हा संगणकाचा वापर नव्हता. खडू-फळा, बोलणाऱ्या विद्यार्थ्यांचे तोंड व बुद्धी आणि समोर बसलेला श्रोता वर्ग! एवढ्याच सामग्रीवर सेमिनार पार पडायचा! साधारणत: श्रोतृवर्गात त्या विद्यार्थ्याचे सहाध्यायी आणि सेमिनारच्या पॅनलवर प्राध्यापक ही मंडळी असतात.

पहिलावहिला सेमिनार असल्यामुळे विद्यार्थी मनातून बराच घाबरलेला असतो. विषयाची तयारी, त्यावर न अडखळता बोलणे, सभाधीटपणा आणि नंतर प्राध्यापकांनी विचारलेल्या प्रश्नांची उत्तरे देता येणे या सर्व दिव्यातून त्याला पार पडायचे असते. अनेक वेळा असे होते की सहाध्यायी आधीच ठरवूनही, प्रश्न तयार ठेवतात कारण एक जात्यात तर दुसरा सुपात असतो. त्यामुळे नाटक पाडायचे अशा संभावनेने सेमिनारला येणारे सहाध्यायी जवळजवळ नसतातच. बरीच मंडळी सेमिनारला डुलक्याही देतात. तर काही खडूस प्राध्यापक 'मुलांना बरा सापडला तावडीत' म्हणून उलटतपासणी केल्यासारखी प्रश्नोत्तरेही करतात.

पण कल्पना करा, आयुष्यातील तुमच्या पहिल्यावहिल्या सेमिनारला जर नोबेल पारितोषिक मिळालेले तज्ज्ञ उपस्थित राहिले तर? म्हणजे शाळेतल्या गवयाच्या परीक्षेला परीक्षक कोण तर पं. भीमसेन जोशी!

डॉ. फाईनमन यांचा पहिला सेमिनार असाच रंगतदार झाला. समोरच्या श्रोतृवर्गात कोण बसले होते? प्रा. पावली, प्रा. रसेल आणि स्वत: आईनस्टाईन! पण तरीही फिजिक्स हा आत्यंतिक जिव्हाळ्याचा विषय असल्यामुळे अर्जुनाच्या एकाग्रतेने या गृहस्थाने तो सेमिनार दिला.

प्रिन्स्टनमध्ये फाईनमन आपला अभ्यासक्रम पूर्ण करत होते. ते पदवीधारक विद्यार्थी होते पण तेथे जॉन व्हीलर यांच्या हाताखाली (रिसर्च असिस्टंट) सहायक संशोधक म्हणूनही ते काम करायचे. व्हीलरनी त्यांना एक प्रोजेक्ट (प्रकल्प) दिला होता. खरं म्हणजे तो प्रोजेक्ट म्हणजे स्टेटमेंट (गणित) होते. त्यावर काम ते करायचे पण ते बरेच कठीण होते. फाईनमन ते सोडवण्याचा आटोकाट प्रयत्न करत होते पण त्यांना म्हणावे तसे यश मिळत नव्हते. एमआयटीमध्ये असतानाही यासारख्याच, दुसऱ्या प्रॉब्लेमवर थोडाफार विचार त्यांनी केला होता. इलेक्ट्रॉनच्या संदर्भात प्रॉब्लेम होता. इलेक्ट्रॉन हे स्वत:वर प्रक्रिया करत नाहीत तर ते इतर इलेक्ट्रॉनवर प्रक्रिया करतात. फाईनमननी याविषयी खूप विचार केला होता. सर्व प्रकारचे ठोकताळे बांधले. हे सर्व काम घेऊन ते प्रा. व्हीलर यांच्याकडे गेले. प्रा.व्हीलर यांनी ते सर्व काम पाहिले आणि त्यांनी काही सूचनाही दिल्या. प्रा.व्हीलर हे इतके प्रगल्भ बुद्धीचे व निष्णात शास्त्रज्ञ होते की, त्यांना आकडेमोड करावीच लागायची नाही. ते नेहमीच असा नुसता दृष्टिक्षेप टाकत आणि तेवढेच त्यांना पुरत असे. फाईनमननी आपले काम त्यांना दाखवल्यानंतर दोघांनी त्या कामावर चर्चा केली. इलेक्ट्रॉन, परावर्तित प्रकाश लहरी, मॅक्सवेल लॉरेन्स यांचे सिद्धांत, क्लासिकल थिअरी, क्वांटम फिजिक्स या गोष्टींचा बराच ऊहापोह केला आणि सरतेशेवटी ज्या संबंधी म्हणजे ज्या ऊर्जेसंबंधी ते काम करत होते त्या ऊर्जेला 'हाफ अॅडव्हान्स्ड हाफ रिटाहेंड पोटेंशिअल' असे नावही सुचवले.

बोलता बोलता फाईनमनना व्हीलर म्हणाले की "तू अजून तरुण आहेस, तुला आता सेमिनार घ्यायची सवय व्हायला हवी, तेव्हा तू या विषयावर सेमिनार दे. त्यामुळे तुला अनुभवही मिळेल. मला वाटतं

याच संदर्भातील क्वांटम थिअरीच्या भागावर काही दिवसांनी मी सेमिनार देईन.'' प्रत्यक्ष सेमिनारच्या साधारण दोन एक दिवस आधीच, जिथे फाईनमन तयारी करीत होते त्या सभागृहात विग्नर आले आणि म्हणाले, ''मला वाटतं की तू हे जे काय काम करतोय, म्हणजे व्हीलरबरोबर हे जे काय तुझं चाललं आहे ते काम, खरोखरीच अत्यंत वेगळ्या प्रकारचे आहे. सगळ्यांनाच त्याविषयी औत्सुक्य वाटतंय इतका तो विषय इंटरेस्टिंग आहे. म्हणूनच मी रसेलला या सेमिनारकरिता आमंत्रण धाडलं आहे.'' हेन्री नोरिस रसेल, हे त्या काळातील एक अत्यंत नावाजलेले खगोलशास्त्रज्ञ होते. ते या सेमिनारकरिता येणार होते. विग्नरचे बोलणे चालूच होते. ''मला वाटतं की, प्रा.व्हॉन न्यूमन यांनाही या परिसंवादाच्या विषयात रस असेल.'' असे वाटल्यामुळे मी त्यांनाही आमंत्रित केले होते. जॉन फोन न्यूमन हे ही अत्यंत प्रख्यात गणितज्ञ होते. ''आणि हे बघ'' विग्नर पुढे म्हणाले, ''प्राध्यापक पावली हे स्वीत्झर्लंडहून येथे येणारच आहेत, तेव्हा मी प्रा. पावली यांनाही परिसंवादासाठी बोलावलं आहे, तेव्हा तेही येतील.'' प्रा पावली हे अत्यंत प्रसिद्ध शास्त्रज्ञ होते. त्यांचे 'पावलीज एक्सक्लूजन प्रिन्सिपल' हे भौतिकशास्त्रातील अत्यंत प्रसिद्ध तत्त्व आहे. आता हे सगळं कमी होतं की काय कोण जाणे म्हणून विग्नर पुढे म्हणाले, ''काय आहे की, प्रा. आईनस्टाईन हे क्वचितच अशा सेमिनारकरता येतात पण तुझं कामच इतकं छान आहे आणि वेगळ्या स्वरूपाचं आहे की मी त्यांना खास आमंत्रण दिलं आहे.'' हे ऐकून मग फाईनमन क्षणभर पुतळ्यासारखे निश्चल झाले. आयुष्यातील पहिलावहिला सेमिनार! आणि त्याला श्रोते कोण? तर रसेल, न्यूमन, पावली आणि आईनस्टाईन! फाईनमनचा पडलेला चेहरा पाहून विग्नरच त्यांची समजूत घालू लागले.

''हे बघ, तू अजिबात काळजी करू नकोस, मी फक्त तुला आधी काही सूचना देऊन ठेवतो. हे बघ, काय आहे की प्रा. रसेल हे झोपतात आणि खरोखरीच गाढ झोपतात. पण याचा अर्थ तू असा घ्यायचा नाहीस की,

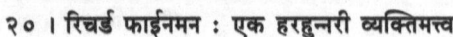

हा सेमिनार वाईट आहे! रसेलना सगळ्याच सेमिनारना प्रश्नोत्तरे होईपर्यंत झोपायची सवय आहे. या उलट प्रा. पावली हे पूर्ण सेमिनारभर मान डोलवत असतील आणि तुला वाटेल की, सेमिनारमधील सगळ्याच गोष्टी त्यांना पटताहेत पण चुकूनही तू असा अर्थ घेऊ नकोस, कारण प्रा. पावलींना पालसी हा आजार आहे.'' (त्यात त्यांची मान नेहमीच डुगडुगते) आता मात्र फाईनमनच्या तोंडचे पाणी पळाले. त्यांनी प्राध्यापकांकडे, म्हणजेच व्हीलर यांच्याकडे तातडीने धाव घेतली आणि त्यांना ही सर्व हकिकत सांगितली. ही सगळी प्रसिद्ध मंडळी फाईनमनच्या पहिल्याच सेमिनारकरिता हजेरी लावणार होती. ते ही जाम नव्हर्स झाले होते.

"ठीक आहे, तू काही काळजी करू नकोस. मी त्यांनी विचारलेल्या सर्व प्रश्नांची उत्तरे देईन.''

व्हीलरनी त्यांची समजूत काढली आणि धीर दिला. त्यानंतर फाईनमनने सेमिनारच्या भाषणाची तयारी केली आणि ज्या दिवशी सेमिनार होता, त्या दिवशी ते त्या सभागृहात गेले. नवीन विद्यार्थी, सेमिनारचे भाषण देण्यापूर्वी जसे वागतात, तसेच तो वागत होता. उदाहरणार्थ, संपूर्ण फळ्यावर, सगळी समीकरणे लिहिणे, आकृत्या काढणे. त्याचं काय आहे विद्यार्थ्यांना सेमिनार देण्याची सवय नसते. त्यामुळे, त्यांना कसं बोलायचे हेही माहिती नसतं. मग ती उगीचच सगळी समीकरणे गंभीरपणे लिहितात. त्यांना सराईतपणे बोलता येत नाही. 'हे अमुकतमुक, याला सम प्रमाणात आहे.', 'हे याच्या बरोबर आहे.', 'ते त्याच्या व्यस्त प्रमाणात आहे.', 'हा आकडा इथे आहे तो तिथे.' अशी शेंड्या लावत सर्वनामात बोलण्याची सवय असते.

पण वस्तुस्थिती अशी असते की, समोरील श्रोतृवर्गाला सेमिनारविषयी बरीच माहिती असते. ऐकणाऱ्या सगळ्यांनाच इतकी प्राथमिक स्वरूपाची माहिती, इतक्या बारकाईने देण्याची गरजही नसते. पण हे सगळे विद्यार्थ्यांच्या लक्षात येत नाही. शिवाय विद्यार्थ्यांचीही इतकी तयारी

नसते. त्यामुळे त्यांना प्रत्यक्ष आकडेमोडही करावीच लागते आणि फळ्यावर समीकरणे ही लिहावीच लागतात. फाईनमनही सेमिनारपूर्वी अशीच सर्व समीकरणे, फळ्यावर लिहीत बसले होते. सेमिनार सुरू व्हायला थोडा वेळ होता. त्याचवेळी प्रा. आईनस्टाईन तेथे आले. फाईनमनना बघून छानसे दिलखुलास हसले आणि म्हणाले, "हॅलो यंग मॅन, मी येणार आहे तुझ्या सेमिनारला, पण मला आधी एक सांग की, चहाची व्यवस्था कुठे केली आहे?"

फाईनमननी त्यांना चहाची व्यवस्था कुठे आहे ते सांगितले आणि परत फळ्यावर समीकरणे लिहू लागले, सेमिनारची वेळ जसजशी येऊन ठेपली तसा तसा त्यांच्यावरील ताण बराच वाढला. त्यांचा हा पहिलाच सेमिनार होता. ही पहिलीच वेळ आणि त्या करिता हे सगळे विद्वान आले होते. त्यांची व्यक्तिमत्त्वंच इतकी अफाट होती. हे सारे जणू बुद्धीचे, ज्ञानाचे दीपस्तंभ होते. ही मंडळी श्रोते म्हणून बसली होती अन् कल्पना करा फाईनमनचे शास्त्रीय विषयावरील पहिले भाषण होते आणि त्यासाठी हा असा श्रोतृवर्ग! रसेल, न्यूमन, पावली आणि आईनस्टाईन! फाईनमन यांची अक्षरक्ष: गाळण उडाली होती; पण मुळातच ते अत्यंत कुशाग्र बुद्धिमत्तेची देणगी मिळालेले शास्त्रज्ञ होते. फिजिक्स हा त्यांचा जीव की प्राण होता. त्यामुळे फिजिक्सवर बोलायला सुरुवात केली की, अर्जुनाला ज्याप्रमाणे पोपटाचा डोळाच दिसे, त्याप्रमाणे त्यांना फक्त फिजिक्स दिसे. त्यामुळे सर्व भीती, ताण विसरून त्यांनी सेमिनारचे भाषण पूर्ण केले होते. सुरुवात केल्यांनतर समोर कोण बसलंय, समोरील श्रोते किती नावाजलेले आहेत, याचा विचार न करता ते बोलत होते, समजावून सांगत होते. त्यांचं व्याख्यान संपलं आणि त्यानंतरचा तास हा प्रश्नोत्तराचा होता. त्यात सर्वप्रथम आईनस्टाईनशेजारी बसलेल्या पावलींनी प्रश्न विचारण्यास सुरुवात केली. "मला असं वाटत की, तू मांडलेला सिद्धांत हा बरोबर नाही, कारण त्यात असं अमुकतमुक आहे असं नाही? यावर आईनस्टाईन म्हणाले, "अं नो ऽऽऽऽऽ, नो ऽऽऽ ऽऽ" त्यांचा उच्चार हा पुष्कळसा जर्मन होता पण त्यांचा स्वर मात्र अत्यंत नम्र होता, आर्जवी होता.

"मला असं वाटतयं की, गुरुत्वीय सिद्धांताकरिता सुसंगत अशी थिअरी शोधून काढणं, हे अत्यंत अवघड आहे." ते जनरल थिअरी

ऑफ रिलेटीव्हीटीबद्दल बोलत होते, कारण तो त्यांचा सिद्धांत होता. प्रा. आईनस्टाईन पुढे म्हणाले, "कारण असं आहे की, आज आपल्याकडे या संदर्भात, कुठलाच ढळढळीत पुरावा नाही. त्यामुळे हा सिद्धांत बरोबर आहे का चूक आहे ते आपण काहीच सांगू शकत नाही." आईनस्टाईनना असं वाटत होतं की, त्यांनी मांडलेल्या सिद्धांतापेक्षा वेगळा सिद्धांतही असू शकतो. ते इतरांच्या सिद्धांतांबद्दल, मतांबद्दल खरोखरीच उदारमतवादी असायचे. या गोष्टीनंतर काही वर्षांनी फाईनमनच्या असं लक्षात आलं की, त्यांच्या सिद्धांतातील चुका या पावलींनी, फाईनमनना त्याचवेळी दाखवून दिल्या होत्या. प्रा. पावली हे खरोखरीच अत्यंत कुशाग्र बुद्धीचे, वरच्या दर्जाचे शास्त्रज्ञ होते. त्यांनी त्या सेमिनारमध्येच फाईनमन यांच्या भाषणातील त्रुटी ओळखल्या होत्या. किंबहुना वस्तुस्थिती अशी होती की, त्या ऋषितुल्य शास्त्रज्ञाने प्रश्न विचारून त्या प्रश्नाच्या रूपाने, सिद्धांतातील या त्रुटीच समजून देण्याचा प्रयत्न केला होता; पण फाईनमन ते ऐकण्याच्या मनःस्थितीतच नव्हते कारण भाषण संपल्यानंतर, त्या मान्यवर शास्त्रज्ञांच्या एकाही प्रश्नाला उत्तर द्यावे लागले नाही, म्हणून त्यांना इतका आनंद झाला होता की त्या आनंदाच्या भरात पावलींनी काय सांगितले, हे विसरूनच गेले. किंबहुना ते काय बोलत होते त्याकडे त्यांनी अजिबात लक्ष दिले नव्हते. त्या सेमिनारनंतर पावलींनी त्यांना विचारले, "व्हीलर त्यांच्या सेमिनारच्या क्वांटम थिअरीच्या भागाबद्दल काय बोलणार आहेत?"

"मला माहिती नाही. त्यांनी मला सांगितले नाही. ते स्वतःच त्या विषयी काम करत आहेत." फाईनमन त्यांना म्हणाले.

"अरे, काय माणूस आहे? हा माणूस क्वांटम थिअरीबाबत काय काम करतो आहे, ते त्याच्या असिस्टंटला देखील माहिती नाही?" आणि मग अगदी जवळ येऊन, फाईनमन यांच्या कानात म्हणाले, "हे बघ हा व्हीलर हा सेमिनार कधीही देणार नाहीत, बघ तू." आणि खरोखरीच तसं झालं, व्हीलरनी तो सेमिनार कधीही दिला नाही. त्यांना असं वाटलं की, क्वांटम थिअरीचा हा भाग अत्यंत सोपा आहे आणि त्यावरील आपले काम बहुतांशी झाले आहे पण नंतर त्यांच्या ध्यानात आले, वाटते तेवढे हे काम सोपे नाही आणि म्हणून त्यांनी त्यांचे म्हणणे कधी मांडलेच नाही. ∎

चित्रकला

स्वतःच्या चित्रकलेशी फाईनमन प्रामाणिक होते. आपल्या चित्रकलेबद्दल बोलताना ते म्हणत की, शाळेत असताना मी फक्त एकच चित्र काढू शकत असे, खरं म्हणजे पिकासोला लाजवणारी ती चित्रकला होती अन् ते चित्र म्हणजे वाळवंटातील पिरॅमिडचे! कारण उघड होते, वाळवंट काढणे अगदी सोप्पे आहे. ते काय ठिपक्यांनी दाखवता येते आणि पिरॅमिड काढण्यासाठी गोलाकार, वक्राकार इ. कशाचीच गरज नसते. सरळ रेषा, एखादा चौकोन अन् त्याच्या डोक्यावर एक त्रिकोण ठेवला की झाले पिरॅमिड! आहे काय अन् नाही काय? अगदी फारच झाले तर ते एखादे नारळाचे झाड अन् त्याच्या मागून सूर्य डोकावतो आहे, अशा छापाचे चित्र काढायचे. शाळेतील त्यांच्यापुढे बसणाऱ्या वर्गमित्राच्या चित्रकलेची परिस्थिती काही विशेष वेगळी नव्हती. त्याची चित्रकला ही कला या सदरात मोडायचीच नाही. त्याला कला म्हणणे म्हणजे चित्रकलेवर अत्याचार होते. कारण या मित्राला कुठलेही चित्र

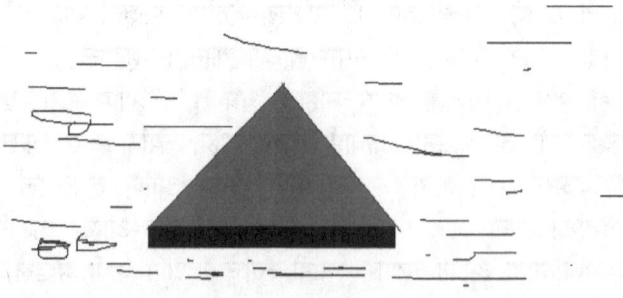

काढायला सांगा, त्याचे चित्र ठरलेले असायचे. एकावर एक असे दोन सपाट चौकोन तो काढायचा. क्वचित त्याला अंडाकृती आकारही द्यायचा. दोन तीन टायर्स एकमेकांवर ठेवल्यावर कसे दिसतील, तशाच प्रकारचे काहीतरी ते दिसायचे. मग त्यातून मध्येच वर डोकावणारा एक दांडा किंवा काठीसारखे काहीतरी काढायचा. त्या काठीवर एक त्रिकोण काढायचा आणि त्याला हिरवा रंग थापायचा. हे चित्र म्हणजे झाडाचे चित्र आहे असा त्याचा ठाम विश्वास होता.

फाईनमननी काही वर्षांनी तरुणवयात एका चित्रकार मित्राची चित्रकलेची शिकवणीही सुरू केली. जेरी झोरथिअन या त्यांच्या मित्राने त्यांना चित्रकला शिकवण्याचे कबूल केले आणि त्या बदल्यात फाईनमननी, त्यांना आठवड्यातून एक दिवस फिजिक्स शिकवायचे, असा उभयपक्षी करार झाला. पुढे त्या कराराची परिणती अशी झाली की, फाईनमन यांची चित्रकला बऱ्यापैकी सुधारली पण मित्राने मात्र फिजिक्सचे पार वाभाडे काढून फिजिक्सचा नाद सोडून दिला. त्यामुळे त्या दोघांत वाईट शिक्षक कोण आणि चांगला विद्यार्थी कोण हे ठरवणं कठीण होतं! या चित्रकलेच्या वर्गात ही शिक्षक मंडळी मुलांना हे असं काढू नका, तसं काढू नका व तंत्र इ. शिकवण्याच्या भानगडीत पडत नसत. याउलट फिजिक्सचे प्राध्यापक मुलांना फिजिक्सची उदाहरणे सोडवण्याच्या निरनिराळ्या पद्धती शिकवून, अक्षरशः बेजार करत असतात. त्यामानाने चित्रकलेचे शिक्षक मुलांना खूपच स्वातंत्र्य द्यायचे.

चित्रकलेच्या अशाच एका तासाला, एका मॉडेलचे रेखाचित्र काढायला शिक्षक शिकवत होते. "चित्र काढत असताना मॉडेलवरून तुमची नजर ही अजिबात हलवायची नाही. आपण कागदावर काय काढतो आहोत याकडे अजिबात पाहायचे नाही. नजर समोर ठेवून मग कागदावर चित्र काढत जायचे.''

शिक्षकांनी असे निक्षून बजावल्यामुळे, फाईनमन हे मॉडेलवरून आपली नजर अजिबात न हटवता कागदावर रेखाटत होते. "हे काम कठीण आहे नाही. खाली बघावंच लागतंय, त्याशिवाय कसं चित्र काढायचं? मला वाटतं प्रत्येक जणच हळूच खाली काय काढतो आहोत हे बघतच असणार, इतकं सत्यवादी कुणीही नसेल.'' एक विद्यार्थी म्हणाला.

चित्रकला । २५

"मी आहे" फाईनमन उद्गारले. "मी अजिबात फसवत नाहीये." फाईनमननी वर्गात जाहीर केले. साहजिकच तासाच्या शेवटी प्रत्येक जण कुतूहलाने फाईनमन यांनी काढलेले चित्र बघण्यासाठी आला. ते प्रामाणिकपणेच चित्र काढत होते. मॉडेलवरून अजिबात नजर न हटवता, कागदावर चित्र रेखाटत होते पण त्यात इतका प्रामाणिकपणा होता की, त्यांच्या पेन्सिलीचे टोक हे सुरुवातीलाच मोडले होते आणि त्या कागदावर त्या मॉडेलचे चित्र म्हणून रेषांचे एक जंजाळ उमटले होते.

■

महाविद्यालयातील दिवस

कॉलेजमध्ये शिकत असताना फाईनमन बोस्टनमधील एका उपाहारगृहात नेहमी जायचे. तिथली लोकंही त्यांना चांगली ओळखू लागली होती. त्या हॉटेलमध्ये अनेक मुली वेटरसचे काम करायच्या. तिथे गेल्यानंतर त्यांना एक गोष्ट नेहमी जाणवायची अन् ती म्हणजे, त्या मुली नेहमीच विलक्षण घाईत असायच्या. त्यांची नेहमीच धावपळ चालू असायची. फाईनमननी एकदा सहज तिथे गमतीनं टीप ठेवली. साधारण १० सेंट एवढी टीप त्या काळात पुरेशी होती. तशी ते तिथे टीप नेहमीच ठेवायचे पण त्या दिवशी त्यांनी जरा वेगळ्या पद्धतीने ठेवली. पाण्याने काठोकाठ भरलेले दोन ग्लास त्यांनी घेतले आणि प्रत्येक ग्लासात एक नाणे टाकले. त्या प्रत्येक ग्लासावर एक कार्ड ठेवले आणि मग ते ग्लास चटकन उपडे करून टेबलावर ठेवले आणि ती कार्डे चटकन काढली. (आता हा प्रयोग बऱ्याच वेळा शालेय जीवनात शिकवला जातो. ग्लासातून पाणी बाहेर येत नाही कारण हवेचा दाब असतो.)

अशा प्रकारे त्यांनी ग्लासांमध्ये मुद्दामच टीप ठेवली होती. या मुली नेहमी घाईगडबडीत असत. आता गडबडीत त्या मुलीने ग्लासखालचे नाणे पाहिले तर तर साहजिकच ती तो पाण्याने भरलेला ग्लास पटकन उचलणार, कारण तिला पुढच्या ग्राहकाकरता टेबल रिकामे करून ठेवायचे असते. आता असा ग्लास उचलला तर काय होईल, हे सांगायलाच नको! दुसरा ग्लास उचलायचा तिला धीर तरी होईल का? तिथून जाताना त्यांनी त्या मुलीला धोक्याचा इशाराही दिला.

"सू, ते ग्लास काळजीपूर्वक उचल बरं का! कारण ते ग्लास फार मजेशीर आहेत आणि त्यांच्या तळाशी भोक आहे."

दुसऱ्या दिवशी ते जेव्हा पुन्हा त्या हॉटेलमध्ये गेले तेव्हा ती नेहमीची मुलगी दिसलीच नाही. दुसरीच मुलगी ते टेबल अटेण्ड करत होती. ही नवीन मुलगी त्यांना म्हणाली, "सू तुझ्यावर फार रागावली आहे. तिने काल तो पहिला ग्लास उचलला आणि त्यातले पाणी सगळीकडे सांडलं. तिने मग बॉसला बोलावलं, त्यांनी मग त्या ग्लासचा जरा अभ्यास केला पण दिवसभर त्यावर वेळ घालवणं हे काही त्याला शक्यच नव्हतं, म्हणून मग त्यांनी दुसरा ग्लास उचलला आणि पुन्हा सगळीकडे पाणी झालं. त्यात घसरून 'सू' पडली. आता सगळेच तुझ्यावर खूप रागावले आहेत."

साहजिकच फाईनमनच्या चेहऱ्यावर हसू आले.

"हसू नकोस, ही हसण्यावारी नेण्याची गोष्ट नाही. तुझ्याबाबतीत असं घडलं, तर चालेल का तुला? आवडेल? तू काय केलं असतंस?"

"सोप्पं आहे, मी एक बशी किंवा ताटली घेतली असती, मग तो ग्लास हळूहळू सरकवत त्या बशीपर्यंत आणला असता, त्यातलं पाणी बशीत गोळा झालं असतं, जमिनीवर सांडायचा प्रश्नच उरला नसता आणि मग मी त्यातलं नाणं काढून घेतलं असतंस."

"खरंच की! ही कल्पना चांगली आहे!" ती मुलगी म्हणाली. त्या संध्याकाळी त्यांनी कॉफीचा कप उलटा करून त्याखाली टीप ठेवली. दुसऱ्या दिवशी तीच नवीन मुलगी कामाला होती. तिने फाईनमनना रागारागातच जाब विचारला, "काल कप उलटा करून का ठेवलास?"

तेव्हा फाईनमन म्हणाले, "असं आहे की, तुम्ही लोक नेहमीच फार घाईगडबडीत असता. तरी देखील, तुला धावत किचनमध्ये जावं लागलं असेल, सुपाची बशी घ्यावी लागली असेल, मग तू हळूहळू अगदी काळजीपूर्वक तो कप टेबलाच्या कडेवर आणला असशील."

"अरे, मी अगदी हेच केलं!" तिचा स्वर तक्रारीचा होता कारण यावेळी मात्र कपात पाणीच नव्हतं, फाईनमननी रिकामा कप उलटा करून ठेवला होता.

∎

एमआयटीमधील काळ

योहान वोल्फगँग फॉन गटे हे गटेचे संपूर्ण नाव. हा जर्मनीतील प्रख्यात कवी, नाटककार, कादंबरीकार आणि इतकेच नव्हे तर शास्त्रज्ञही होता. इ.स.१७४९ ते १८३२ या कालखंडातील या कवीने आपल्या असामान्य प्रतिभेने जर्मन साहित्यावर व लोकमानसावर विलक्षण छाप उमटवली. केवळ जर्मनीतच नव्हे तर समकालीन इतर युरोपिअन साहित्यिकांमध्येही त्याच्या लिखाणाचा प्रभाव पडला होता. कालिदासाचे शाकुंतल घेऊन नाचणारा हा तो गटे! त्याची वाङ्मयीन कलाकृतींची संख्या अफाट आहे. प्रेमकाव्यापासून ते निबंधापर्यंत त्याने सर्व प्रकारची साहित्य निर्मिती केली. त्याचे रुढार्थाने वकिलीचे शिक्षण झाले होते. गटे हा जर्मन साहित्याचा मानबिंदू मानला जातो. त्याच्या अनेक कलाकृतींचे इंग्रजी भाषेत भाषांतर झाले.

फॉस्ट (Faust) ही त्याची काव्यमय नाट्यकृती आहे. त्याच्या साहित्यिक कलाकृतीतील ती सर्वोत्तम आणि अप्रतिम कलाकृती मानली जाते. सन १८०८ मध्ये त्याचा पहिला भाग पूर्ण झाला तर सन १८३२ मध्ये दुसरा भाग पूर्ण झाला. फॉस्ट ही जर्मन समाजजीवनातील एक विलक्षण लोकप्रिय व रुजलेली दंतकथा आहे, व्यक्तिरेखा आहे. फॉस्टने ज्ञानप्राप्तीसाठी आपला आत्मा सैतानाला विकला. हा आत्मा अमर आत्मा आहे! आणि तो सैतानाला विकून त्याने त्या बदल्यात ज्ञान आणि अनुभव मिळवला. ही त्या दंतकथेतील व्यक्तिरेखेची मूळ कल्पना आहे. या कलाकृतीमध्ये मानवी हक्क आणि आध्यात्मिक आणि ऐहिक किंवा लौकिक जीवनातील चिकित्सा करण्याची माणसाची

शक्ती, स्वत:चे जीवन स्वत: घडवण्याची क्षमता, इच्छा या गोष्टीवर भर देण्यात आला आहे. माणसाचे स्वातंत्र्य, न्याय, क्षमता या आधुनिक व्यक्तिगत पातळीवरील मूल्यांची बीजे 'फॉस्ट' या कलाकृतीतून गटेने पहिल्यांदा रुजवली असे जगभरातील साहित्यिक मानू लागले. फॉस्ट ही व्यक्तिरेखा जर्मन दंतकथेत प्रसिद्ध होती पण फॉस्ट हे प्रसिद्ध काव्य जी व्यक्तिरेखा डोळ्यासमोर ठेवून गटेने रचले, त्या व्यक्तीचे नाव होते डॉ. योहान फॉस्ट आणि त्याचा जन्म १४८० साली वूटेनवर्ग इथे झाला. प्राचीन फॉस्टच्या सर्व दंतकथा या योहॉन फॉस्टभोवती गुंफल्या गेल्या. गटेने त्याच्या काव्यात फॉस्ट हा तर्कशुद्ध विचारवंत होता यावर भर दिला आहे. फॉस्टने ज्ञानप्राप्तीसाठी कसा धोका पत्करला इतकेच नव्हे तर स्वत:चा आत्माही विकला ही या काव्याची मध्यवर्ती कल्पना आहे. शास्त्र शाखेतील विद्यार्थ्यांना किंवा अभियांत्रिकीतील विद्यार्थ्यांना साहित्याची, वाङ्मयीन कलाकृतीची ओळख व्हावी, त्यांची अभिरुची संपन्न व्हावी यासाठी त्यांच्या नेमलेल्या विषयाव्यतिरिक्त इतरही विषय अभ्यासावे लागतात. पाश्चात्त्य शैक्षणिक पद्धतीत ही व्यवस्था असते. भारतात आय आय टी सारख्या शिक्षण संस्थांमध्येही असे विज्ञानाव्यतिरिक्त इतर विषय विद्यार्थ्यांना शिकावे लागतात. गंमत अशी होते की, शास्त्राच्या विद्यार्थ्यांना साहित्याची रुची किंवा लिखाणाविषयी ममत्व असतेच असे नाही. अनेक विद्यार्थी अशा विषयांकडे केवळ उत्तीर्ण होण्याइतके गुण मिळाले की बस्स! या वृत्तीनेच बघतात. रिचर्ड फाईनमन यांच्या बाबतीत थोडेफार असेच झाले. एका वर्षी इतर विषयांच्या यादीत 'खगोलशास्त्र' हा विषय होता तो घेऊन त्यांनी पळवाट शोधली पण पुढच्या वर्षी जेव्हा वाङ्मयीन कलाकृतीवर लिहिण्याची वेळ आली तेव्हा या भौतिकशास्त्राचा जन्मजात वसा घेऊन आलेल्या विद्यार्थ्याची विलक्षण भंबेरी उडाली.

'फॉस्ट'च्या कल्पनाविश्वात फॉस्टविषयी आणि गटेबद्दल एकही वाक्य न लिहिता शब्दजाल पसरून त्यांनी तो कल्पनाविस्तार लिहिला व मित्रांनी ठणकावल्यामुळे शेवटच्या दोन वाक्यात ही नावे टाकून कल्पनाविस्तार प्राध्यापकांना सुपूर्द केला. अपेक्षा अशी होती की, 'शून्य' ते पास इतपत काहीतरी ग्रेड मिळेल. एमआयटी मध्ये शिकत असताना फाईनमनना फक्त शास्त्र विषयात रस होता. इतर कुठल्याच

विषयात त्यांना विशेष स्वारस्य नव्हतं, इतकंच नव्हे तर गतीही नव्हती. पण एमआयटीमध्ये हा नियम होता. तत्त्वज्ञान, साहित्य, वाङ्मय, इ. विषय शिकले म्हणजेच विद्यार्थी सुसंस्कृत होतील, असा एक दृढ समज होता. इंग्रजी हा तर सक्तीचाच विषय होता. याव्यतिरिक्त दोन विषयांपैकी (इलेक्टीव्ह) एक विषय घ्यावा लागायचा.

तत्त्वज्ञान हे शास्त्र शाखेच्या विषयांना अधिक जवळचे वाटले, म्हणून त्यांनी एका वर्षी तत्त्वज्ञान निवडले पण एक वेळ अशी आली की, इंग्रजी आणि साहित्य याचाही अभ्यास अनिवार्य झाला. इंग्रजीच्या अभ्यासात विद्यार्थ्यांना वेगवेगळ्या विषयांवर कल्पनाविस्तार लिहावा लागायचा. उदाहरणार्थ, मिल या विचारवंताने स्वातंत्र्यावर काहीतरी लिहिलेलं असायचं. मग त्यावरची समीक्षा विद्यार्थ्यांना लिहावी लागायची. फाईनमन यांच्यावर ही वेळ आल्यावर त्यांनी त्या समीक्षा लिखाणातही गडबड केली होती. मिलने राजकीय स्वातंत्र्यावर लिहिलं होतं, तर फाईनमननी सामाजिक संदर्भातील स्वातंत्र्यावर लिहिलं! उदाहरणार्थ, 'आपण नम्र आहोत हे दाखवण्यासाठी खोटं बोलणं, थापा माराव्या लागणं आणि मग हे असं ढोंगी वागणं, म्हणजे समाजातील नैतिक मूल्यांचा न्हास आहे का?' यावर हक्सले या प्रसिद्ध विचारवंतांचा 'ऑन अ पीस ऑफ चॉक' नावाचा एक निबंध होता. त्यामध्ये त्याने खडूचे बरेच वर्णन केले होते. खडूच्या तुकड्याबद्दल लिहिले होते. उदाहरणार्थ, खडूचा तुकडा म्हणजे प्राण्याच्या शरीरातील हाडांचे अवशेष आहेत. पृथ्वीच्या आतील गुरुत्वीय बलामुळे ते अवशेष वर आले आणि मग खाणीतून ते काढले. त्यानंतर त्याचे खडू बनवले... आणि आता त्याचा उपयोग हा शिकवण्यासाठी थोडक्यात काय तर ज्ञानार्जनासाठी होतो.... (कारण फळ्यावर लिहिताना आपण खडू वापरतो.) आता वास्तविक या निबंधावर विद्यार्थ्यांनी समीक्षात्मक टीका लिहिणं अपेक्षित होतं पण त्या ऐवजी फाईनमननी उपहासात्मक, थोडाफार व्यंगात्मक कल्पनाविस्तार लिहिला. त्याला नाव दिले 'धुळीचा कण'. धुळीच्या कणामुळे तिन्हीसांजेला आकाशात कसे वेगवेगळे रंग दिसतात. धुळीचा कण पावसाबरोबर कसा मातीत मिसळतो. असे विषय वाढवून लिहिण्यात फाईनमन तसे पटाईत होते त्यामुळेच ते कला, साहित्य व विषयातून तरुन जायचे. किंबहुना त्यांच्या अभ्यासातून सटकायचे.

पण ज्यावेळी त्यांना गटेच्या फॉस्टवर कल्पनाविस्तार लिहिण्याची वेळ आली त्यावेळी काय लिहावं, हे काही केल्या सुचत नव्हतं. ते हॉस्टेलच्या पॅसेजमध्ये वेड्यासारख्या येरझारा घालत होते. पुटपुटत होते, 'मला हे जमणं अशक्य आहे, मला काही हे जमणार नाही.' तेवढ्यात त्यांचा एक मित्र तेथे आला आणि म्हणाला, "हे बघ तुला वाटतंय की तू लिहू शकत नाहीस, ठीक आहे पण आपल्या प्राध्यापकांना ते पटणार नाही. त्यांना वाटेल की तुला यावर काहीच काम करायचं नाही म्हणून बहाणे बनवत आहेस. त्यापेक्षा तू असं कर, की कुठल्याही कल्पनेचा कल्पनाविस्तार लिही. शब्दसंख्या सरांनी सांगितलेलीच ठेव. अन् काहीही लिही पण कल्पनाविस्ताराच्या खाली एक नोट लिही. अन् त्यात असा उल्लेख कर, की मला फॉस्ट अजिबात समजलेला नाही आणि त्यामुळे मी त्या कल्पनेचा विस्तार लिहू शकलो नाही."

फाईनमनने मग कल्पनाविस्तार लिहिला. त्याचं शीर्षक होतं, 'ऑन द लिमिटेशन ऑफ रिझन' मग त्यात त्यांना जे काही सुचलं, ते त्यांनी लिहिलं. उदाहरणार्थ, प्रॉब्लेम्स किंवा गणित सोडवण्याच्या शास्त्रीय पद्धती, त्यांच्या मर्यादा, सामाजिक नीतीमूल्ये या गोष्टी शास्त्रीय पद्धतीने ठरवता येत नाहीत. अक्षरश: त्यांना काय वाटेल ते लिहिलं. दुसऱ्या मित्राने अजून एक सल्ला दिला. तो म्हणाला,

"ज्यामध्ये फॉस्टविषयी काहीही नाही, असा कल्पनाविस्तार सरांना देऊन कसं चालेल? तू लिहिलेला विस्तार हा फॉस्टवर लिहिला आहेस, असं वाटावं यासाठी तुला अशी काहीतरी मांडणी करावी लागेल आणि फॉस्टचे नाव कुठेतरी घालावे लागेल."

मग त्यांनी लिहिलेल्या कल्पनाविस्तारात अजून अर्ध्या पानाची भर टाकली. त्यातच पुढे लिहिले की, मेफिस्टोफेलिस हा कारणांचे प्रतिनिधित्व करतो तर फॉस्ट हा उमेद, उत्साह, कल्पना या सगळ्यांचे प्रतिनिधित्व करतो. बरीच शब्दांची फिरवाफिरवी केली आणि त्या कल्पनाविस्तारात ती बसवली. जड जड शब्द वापरले आणि तो कल्पनाविस्तार, गटेचे नाव शेवटच्या अर्ध्या पानाच्या ओळीत कोंबून त्यांनी प्राध्यापकांकडे दिला. प्राध्यापकांनी प्रत्येकाला बोलावले आणि कल्पनाविस्ताराबाबत त्यांचे मत देण्यासाठी सुरुवात केली. आता जी काय आपत्ती येईल ती येवो असा विचार करून, मनाचा हिय्या करूनच फाईनमन बसले

होते. फाईनमन 'हा कल्पनाविस्तार आहे की पटकथा' इथपासून ते, 'रद्दीत सुद्धा कुणी विकत घेणार नाही' इथपर्यंत वाईट शेऱ्याला ते तयार होते. काही वेळातच सरांनी बोलावले. "तुझ्या कल्पनाविस्ताराची सुरुवात छान आहे पण फॉस्टबद्दलची माहिती यात जरा कमी आहे, नाहीतर तू फारच छान कल्पनाविस्तार लिहिला आहेस मी तुला B+ ग्रेड दिली आहे."

"हुश्श!" सुटलो बुवा एकदाचा या साहित्य, कला संस्कृतीच्या शिक्षणातून!! फाईनमननी त्यावेळी नि:श्वास टाकला.

एमआयटीमधील काळ (२)

फाईनमन एमआयटीमध्ये शिकत असतानाची ही गोष्ट आहे. त्यांना तिथे ज्यू मित्रमंडळाने बोलावले होते. फाईनमन हे स्वत: ज्यू होते. जरी कुठल्याही धार्मिक विचारसरणीला ते मानत नसले तरी त्यांचे मातापिता ज्यू होते. दुसऱ्या महायुद्धाचा तो काळ होता. त्या काळात जर एखाद्याची पार्श्वभूमी, संस्कार ज्यू असले तर इतर कुठेही त्या विद्यार्थ्यांना बोलावणे केले जायचे नाही. फाईनमन काही धार्मिक विचारसरणीचे नव्हते पण ज्या ज्यू मित्रांनी त्यांना बोलावले होते, त्यांना फाईनमनवरील ज्यू संस्कार किती कडवे आहेत किंवा आहेत का नाहीत याविषयीही काही घेणे-देणे नव्हते. पण या मंडळींनीही फाईनमनना काही मोलाचे सल्ले दिले. त्यात एक सल्ला असा होता की, पहिल्या वर्षीच कॅलक्युलसची परीक्षा त्यांनी द्यावी. एमआयटीमध्ये असे विषय (कोर्सेस) निवडून त्यांची परीक्षा देण्याची पद्धत होती. ही कॅलक्युलसची परीक्षा आधीच दिल्यामुळे कॅलक्युलसचा कोर्स घेण्याची फाईनमनना गरज पडली नाही. हा सल्ला त्यांना खरोखरीच उपयोगी पडला.

एमआयटीमध्येच 'सॅम' नावाचे एक ज्यू मुलांचे मंडळ होते. त्यांच्या आग्रहावरून ते बोस्टनला राहायला गेले. त्यांची खोली पहिल्याच मजल्यावर होती. दुसऱ्या दिवशी सकाळी उठून खिडकीतून बाहेर पाहिले, तेव्हा दोघं ज्यू मुलं ही एकमेकांशी बोलत होती, तावातावाने चर्चा करत होती. ते अल्फा ज्यू होते आणि न्यूयॉर्कला ज्या मुलांना भेटले होते ते बीटा ज्यू होते. फाईनमन खिडकीतूनच ओरडले, "हे, मी तुमच्याच ग्रुपमधला आहे." खरं तर ही मुलं

त्यांनाच गटात ओढण्यासाठी चर्चा करत होती. एमआयटीमध्ये नवीन मुलं आली की ती आपल्या गटात ओढण्याची सिनिअर मुलांमध्ये नेहमीच चढाओढ व्हायची. त्याचं असं झालं होतं की, आदल्या वर्षी या सर्व ज्यू मित्रांचा ग्रुप मोडला होता आणि त्याला कारणही तसंच घडलं होतं. त्यातली काही मुलं ही जरा बिनधास्त होती. त्यांचा गट वेगळा झाला होता. ही मंडळी एकंदरीतच छानछौकीपणा, गाड्या उडवणे, डिस्कोला जाणे, पाट्र्या, नाच अशा कामात धन्यता मानायची तर दुसऱ्या गटातील मुले ही जरा वेगळी होती. म्हणजे तो गट संत मंडळींचा होता. त्यांचं एकच विश्व होतं अन् ते म्हणजे अभ्यास. अभ्यास एके अभ्यास एवढेच त्यांचे ध्येय होते. पाट्र्या, मौजमजा त्यांना अजिबात पसंत नव्हत्या. फाईनमन तेथे जाण्यापूर्वी या सगळ्या मंडळींची एक महत्त्वाची बैठक झाली होती. त्यात काही तडजोडीही झाल्या होत्या. म्हणजे काय झालं होतं की त्यांचे एकमेकांना सहकार्य करण्याचे वायदे झाले होते. त्यांच्यात असा करार होता की, प्रत्येकाची 'ग्रेड' ही कमीतकमी एका ठरावीक श्रेणीइतकी असलीच पाहिजे. ती जर खाली गेली तर जो मुलगा अभ्यासात मागे राहिला आहे त्याला इतरांनी मदत करायची, शिकवायचे व वरती आणायचे. ही जबाबदारी 'संत' मंडळींची. पण त्याचबरोबर असेही ठरले होते की, प्रत्येकाला डान्स करता आला पाहिजे, मित्रमैत्रिणींमध्ये मिसळता आलं पाहिजे. म्हणजे काय तर एक ग्रुप दुसऱ्या ग्रुपला, विचार कसा करायचा हे शिकवणार तर दुसरा ग्रुप पहिल्या ग्रुपला, समाजात मिसळायचे कसे याचे शिक्षण देणार!

फाईनमनच्या दृष्टीने हे फारच चांगले झाले, कारण त्यांना एकंदरीतच मित्रमैत्रिणींमध्ये मिसळणे, नृत्य प्रकार अजिबात जमायचे नाहीत. ते इतके भित्रे होते की जेव्हा त्यांच्या घरची पत्रं घेण्यासाठी ते कॉरिडारमधून जायचे तेव्हा सिनिअर मुलं-मुली तिथं बोलत असतील, तरी त्यांचा थरकाप उडायचा. अगदी मुलींनी 'हा किती क्यूट दिसतो' अशी कॉमेंट केली तरीसुद्धा त्यांची भीती जायची नाही. पण ही भीड काही दिवसात चेपली. या पितृतुल्य सिनिअर मुलांनी, फाईनमनना नृत्य करायला शिकवले, गाडी चालवायला शिकवले. मुलींशीही ओळखी करून दिल्या; मग संत मंडळींनी देखील त्यांच्यावर बरेच कष्ट घेतले आणि

त्यांना अभ्यासात मदत केली. एकंदरीतच 'एकमेकांना साहाय्य करू अवघे धरू सुपंथ' असा प्रवास चांगला चालला होता.

एमआयटीमधील काळ (३)
चोरी दरवाजाची

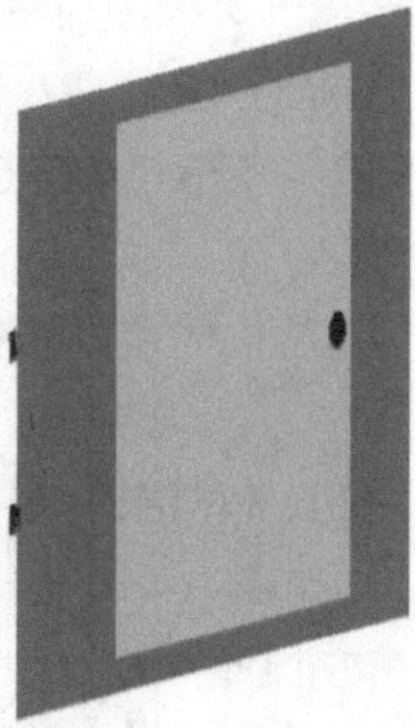

फाईनमन शिकण्यासाठी हॉस्टेलवर होते. एके दिवशी पहाटेच ते उठले. साधारणत: पाच वाजले असावेत. काही केल्या परत झोप येईना म्हणून ते खोलीतून बाहेर पडले आणि खाली आले. तिथं एक पाटी टांगली होती आणि त्यावर मोठ्या अक्षरात लिहिले होते,

DOOR DOOR! WHO STOLE THE DOOR?

दाराच्या बिजागिरी काढून तिथले दारच कुणीतरी उखडून घेऊन गेलं होतं आणि आता त्या दाराच्या जागी ही पाटी टांगली होती. खरं तर पूर्वी त्या दारावर PLEASE CLOSE THE DOOR ही पाटी असायची. नेमकं काय झालं असेल हे फाईनमनच्या लगेचच लक्षात आलं. पीट बर्नयस नावाचा मुलगा आणि त्याचे काही मित्र, हे त्या खोलीत बसून प्रचंड अभ्यास करायचे. त्यावेळी त्यांना अजिबात आरडाओरडा चालायचा नाही, खोलीच्या आसपास शांतता लागायची, जर समजा तुम्ही खोलीत काहीतरी शोधण्यासाठी किंवा अगदी प्रॉब्लेम सोडविण्यासाठी जरी गेलात, तर बाहेर पडतानाही लोक आतूनच ओरडायचे, खरं म्हणजे अक्षरश: किंचाळायचे, "PLEASE CLOSE THE DOOR." साहजिकच कुणीतरी या ओरडण्याला वैतागले असणार आणि निव्वळ वैतागून त्यांनी हा दरवाजा काढून टाकला असणार! याही पुढची गमतीची गोष्ट म्हणजे त्या खोलीला दोन दरवाजे होते. ते बघून फाईनमनना एक कल्पना सुचली. त्यांनी त्या बिजागिरीतून दुसरे दारही काढले. ते उचलून खाली नेले आणि मग तळघरात एक पिंप होते त्याच्या मागे ते दार लपवले. तिथून मग ते हळूच वर आले आणि गुपचूप खोलीत जाऊन झोपले.

दुसऱ्या दिवशी जरा उशिरानेच उठल्यासारखे त्यांनी भासवले आणि बऱ्याच वेळाने खोलीतून बाहेर आले. ते खाली आले, तेव्हा ती मुलं अत्यंत अस्वस्थपणे येरझाऱ्या घालत होती. पीट आणि त्याचे मित्र हे तर जाम रडकुंडीला आले होते. त्यांच्या खोलीची दोन्ही दारं चोरीला गेली होती. परीक्षेचे दिवस येत होते, त्यामुळे साहजिकच त्यांना अभ्यास करायचा होता. तेच तर त्यांचे एकमेव ध्येय होते. त्यांच्या दृष्टीने तर ही अक्षरशः जगबुडी होती. फाईनमन जिन्यावरून खाली उतरत असताना त्यातला एकजण ओरडला, "तू दार नेलंस का?"

"अं? हो! मीच तो दरवाजा नेला, तो नेताना माझ्या हातावर, कोपरांवर, ढोपरांवर ओरखडे उमटले आहेत. ते दार तळघरात नेताना माझ्या हातांनाही खरचटलं आहे." असं सांगूनही मुलांचा काही केल्या विश्वासच बसला नाही. कारण ज्या मुलांनी पहिले दार नेले होते त्यांनी ते नेताना, बरेच पुरावे मागे सोडले होते. उदाहरणार्थ, त्या पाट्यांवर त्यांची हस्ताक्षरं होती, त्यामुळे ती मुलं लगेच सापडली. एकदा सापडल्यानंतर, मग त्यांना कोण सोडणार होते? पण दुसरे दार त्यांनी चोरले नाही, हे पटवण्यासाठी मात्र त्यांना बरेच प्रयत्न करावे लागले. काही केल्या इतर मुलांना ते पटेना! या सगळ्या गोष्टी फाईनमन यांच्या कानावर येत होत्या. पुढचा संपूर्ण आठवडा ते दार दुसऱ्या कुणालाही सापडले नाही. त्या मुलांना तर त्या खोलीत अभ्यास करायचा होता, त्यामुळे दार शोधणे भाग होते. अखेरीस त्या होस्टेलच्या प्रमुखांना ही सारी सूत्रे हाती घ्यावी लागली. एके दिवशी रात्री जेवायच्या वेळी, सगळे होस्टेलचे विद्यार्थी एकत्र जमले होते. त्या वेळी होस्टेल प्रमुख म्हणाला, "हा दाराचा प्रश्न आपल्याला सोडवावाच लागेल. मला काही केल्या या दाराचं कोडं उलगडत नाही, म्हणून आता नाइलाजानेच तुम्हाला विचारतो, तुम्हा कुणाकडेही काही उपाय असेल तर सांगा, कारण पीट आणि त्याच्या दोस्तांना आता अभ्यास सुरू करायचा आहे."

आता प्रत्येक जण उठून काहीना काही सूचना देऊ लागला. काही वेळाने फाईनमन उठले आणि म्हणाले, "हे बघा, ज्याने कोणी हे दुसरे दार चोरले आहे, तो खरोखरीच फार हुशार असणार. आपल्या

सगळ्यांचीच आता खात्री पटली असेल की तो किती चाणाक्ष आहे. कारण इतक्या दिवसात आपल्याला तो सापडलेला नाही. खरं तर आता ते दार कुणी चोरलं याबद्दल आपल्याला काहीच देणंघेणं नाही, आपलं उद्दिष्ट एकच आहे अन् ते म्हणजे, ते चोरलेलं दार कुठं आहे? माझं त्या दार-चोराला असं जाहीर सांगणं आहे की, त्याने ते दार कुठे ठेवलं आहे हे एका नोटवर लिहून कुठेतरी सापडेल अशा ठिकाणी ती नोट ठेवावी. आपण सगळेच त्याचा स्मार्टनेस मान्य करू. कृपया त्याने फक्त तसे कुठेतरी लिहून ठेवावे.''

त्यांच्या पुढच्या मुलाला काही वेगळीच कल्पना सुचली. तो प्रमुखांना म्हणाला, ''तू होस्टेलचा प्रमुख या नात्याने सगळ्यांना विचार, हा आपल्या होस्टेलच्या प्रतिष्ठेचा प्रश्न आहे. म्हणून प्रत्येकाला होस्टेलच्या इभ्रतीची शपथ घाल आणि खरं बोलायला लाव.''

प्रत्येक विद्यार्थ्याला होस्टेलची प्रतिष्ठा हा एक जिव्हाळ्याचा विषय असतो. त्यामुळे होस्टेल प्रमुखालाही हे पटले आणि त्याने ती कल्पना अमलात आणण्याचे ठरवले. तो उठला आणि प्रत्येकाच्या टेबलापाशी जाऊन विचारू लागला.

''जॅक तू दरवाजा काढलास?''

''होस्टेल शपथ मी दरवाजा काढला नाही.''

''टिम तू दरवाजा घेतलास?''

''नाही मी दरवाजा घेतला नाही.''

''फाईनमन तू दरवाजा घेतलास?''

''मी दरवाजा काढला!''

''अरे! फाईनमन ही चेष्टेची, गमतीची वेळ नाही. ही गंभीर बाब आहे. का उगाच थट्टा करतोस?'' आणि असं म्हणून होस्टेल प्रमुख पुढे सरकला.

''सॅम तू दरवाजा काढलास....?''

ही गोष्ट होस्टेलभर वाऱ्यासारखी पसरली. ज्याला होस्टेलच्या इभ्रतीचीही काळजी नाही असा कुणीतरी बदमाश या होस्टेलवर राहतो! हा सगळ्या कॅम्पसचा चर्चेचा विषय झाला.

त्याच रात्री फाईनमनने एका कागदावर तेलाचे पिंप आणि त्याच्या शेजारी ते उचकटून ठेवलेले दार याचे एक छोटेसे चित्र काढले आणि

कागदावर त्यासंबंधी थोडीशी माहिती लिहून ठेवली. दुसऱ्या दिवशी ते दार सापडले. मग ते दार त्या खोलीला बसवले. काही दिवसांनी पुन्हा एकदा प्रांजलतेने त्यांनी सांगितले की, 'ते दार मीच काढले होते पण कुणीच विश्वास ठेवायला तयार होईना.'' सगळ्यांनाच वाटले की, फाईनमन खोटं बोलत आहेत म्हणून! ''लोकांना वाटतं की मी थापाड्या आहे पण खरंच सांगतो मी बहुतांशी प्रामाणिकपणेच वागतो, खरंच बोलतो पण अशारितीने की कुणीच माझ्यावर विश्वास ठेवायला तयार होत नाही.''

∎

प्रिन्स्टन

हा किस्सा फाईनमन प्रिन्स्टनला शिकत होते तेव्हाचा आहे. प्रिन्स्टनच्या कॉलेजची ऐट, दिमाख सगळं काही वेगळंच होतं. तिथल्या पद्धतीही बऱ्याचशा औपचारिकतांचे पालन करणाऱ्या होत्या. तेथे रोज रात्रीच्या जेवणाच्या वेळी, अंगात एक 'अंगरखा' घालूनच जेवायला बसावे लागायचे. त्याला 'ॲकॅडमिक गाउन' म्हणत असत. फाईनमनना स्वत:ला हा असला शिष्टाचार व रीत अजिबात मंजूर नव्हती. त्यांना हा प्रकारच अजिबात आवडायचा नाही. पण मग हळूहळू त्यांच्या लक्षात आलं की, हा गाउन घालण्याचा आणि तो घालून हिंडण्याचाही एक फायदा आहे. टेनिस खेळून जी मुलं आयत्यावेळी दमून खोलीवर यायची, ती पटकन गाउन चढवायची आणि जेवायला यायची. त्यांना या गाउनमुळे अंघोळ करणे, कपडे बदलून जेवायला येणे या व असल्या फजूल गोष्टींची गरज भासायची नाही. त्यांना तेवढा वेळच नसायचा. त्यामुळे त्या गाउनच्या आत फाटके टी-शर्ट, बनियन काय वाट्टेल ते असायचे. त्याशिवाय तेथे एक अलिखित संकेत होता, नव्हे नियमच होता की हे गाउन कधीही धुवायचे नाहीत. त्यांना पाणी वर्ज्य होते. त्यामुळे काय व्हायचे की गाउन बघितल्यावर प्रथम वर्षीचा मुलगा, दुसऱ्या वर्षातला मुलगा, तिसऱ्या वर्षातल्या मुलातला आणि सिनिअर मुलातला फरक लगेच लक्षात यायचा. हा गाउन कधीही स्वच्छ करणे अपेक्षितच नव्हते, किंबहुना स्वच्छ धुवायचा नाहीच, तसंच तो कधीही दुरुस्त देखील करायचा नाही. (पाणी, सुईदोरा हे वर्ज्य!) त्यामुळे व्हायचं काय, तर पहिल्या वर्षीच्या विद्यार्थ्यांकडे, स्वच्छ नीटनेटके गाउन असायचे आणि तुम्ही जसजसे वरच्या वर्गात

जाता, तसतसे फाटके पण ठिगळही न लावलेले, लक्तरे लोंबकळणारे गाउन दिमाखात मुलांच्या अंगावर झळकत असत.

प्रिन्स्टनला पोहोचल्यावर तेथील सायक्लोट्रॉन बघण्याची फाईनमनना बरीच उत्सुकता होती. एमआयटीमध्येशिकत असताना, त्यांनी तिथला सायक्लोट्रॉन बघितला होता. एमआयटीने फारच सुंदर बांधून घेतला होता. एका प्रचंड खोलीत त्याचा नियंत्रण कक्ष होता. उत्कृष्ट तंत्रज्ञान वापरून तो सायक्लोट्रॉन बांधला होता. एका खोलीतून दुसऱ्या खोलीत जाणाऱ्या तारा या जमिनीखालून जात होत्या. दुसऱ्या खोलीतील नियंत्रणकक्षात बटन आणि मीटर यांचे एक जाळे होते. एखाद्या मौल्यवान जडावाप्रमाणे एमआयटीने तो सायक्लोट्रॉन जपला होता. प्रिन्स्टनच्या सायक्लोट्रॉनची स्थिती उलट होती. तो बघण्यासाठी फाईनमन फिजिक्स विभागात गेले आणि तेथे गेल्यावर सायक्लोट्रॉन कुठे ठेवला आहे, हे विचारू लागले.

''तो काय, तिथे खाली आहे.''

''खाली?''

''ते तळघर आहे ना, तिथे गेलात की त्याच्या एकदम कडेच्या शेवटच्या खोलीत!'' तळघरात? सायक्लोट्रॉन ही काय तळघरात ठेवायची गोष्ट होती? तशी ती सगळी इमारतच जुनी होती. खरंतर तळघरात सायक्लोट्रॉन ठेवण्यासाठी जागाच नव्हती. फाईनमन तो बघण्यासाठी, तळघराच्या अगदी शेवटच्या टोकापर्यंत गेले. पुढच्या दरवाजातून आत गेले आणि पुढच्या दहा सेकंदातच त्यांना कळून चुकले की, प्रिन्स्टन हे त्यांच्यासाठी अत्यंत योग्य कॉलेज का आहे ते! त्या हॉलच्या एका कोपऱ्यात सगळ्या तारा, वायर्स अस्ताव्यस्त पडल्या होत्या. स्विचेस आणि वायर्सचा काहीच संबंध नसल्यासारखी सगळी स्विचेस वायरना लटकून खाली आली होती. व्हॉल्व्हमधून पाणी ठिपकत होते. सगळीकडे पसारा होता आणि गंमत म्हणजे हा सगळा पसारा उघड्यावर होता. टेबलावर हत्यारांचे ढीग जागोजागी लावले होते. तिथे पसारा पडला होता. फाईनमनना ते सर्व बघून, त्यांच्या लहानपणीची घरातल्या प्रयोगशाळेची आठवण झाली. एमआयटीमध्ये असताना त्यांना प्रयोगशाळेची कधीही अशी आठवण झाली नव्हती. समोरचा तो पसारा पाहून त्यांच्या डोक्यात लख्ख

प्रकाश पडला की, प्रिन्स्टनला प्रयोगांमध्ये यश का मिळत होते! हे लोक प्रत्यक्ष साधनांचा, उपकरणांचा वापर करत होते. त्या सायक्लोट्रॉनचा वापरत करीत होते. त्यांनी तो बांधला होता. तो कसा आहे, त्याचे भाग कुठले, ते कसे काम करतात, हे सगळं त्यांना ठाऊक होतं. त्यामध्ये कुठल्याही बाहेरील इंजिनीअरचा सहभाग नव्हता. कदाचित तिथले इंजिनीअरही त्यावरच काम करत असतील आणि शिकत असतील.

एमआयटीमधील सायक्लोट्रॉनपेक्षा प्रिन्स्टनचा सायक्लोट्रॉन लहान होता. त्याला सोन्याच्या पट्ट्यांचा मुलामाही नव्हता. जेव्हा तो वापरण्यासाठी तेथे निर्वात पोकळी करायची असेल, तेव्हा ते तिथे एक रसायन ओतायचे. मग त्याचे थेंब जिकडेतिकडे उडायचे, जमिनीवर सांडायचे. फाईनमनना हा सगळा प्रकार फारच छान वाटला. अगदी मनापासून आवडला कारण त्या उपकरणावर ही मंडळी प्रत्यक्ष काम करत होती. एकदा तर त्या खोलीला आगही लागली होती. कारण फारच उघड होते. तेथे वायरींचा इतका पसारा होता की असे काही घडले नसते तरच नवल होते. कॉर्नेल विद्यापीठाचा सायक्लोट्रॉन यापेक्षाही निराळा होता. तो ठेवण्यासाठी तर खोलीची गरजच नव्हती. साधारणपणे एक यार्ड व्यासाच्या जागेत तो सायक्लोट्रॉन ठेवला होता. तो त्यावेळचा जगातला सर्वांत लहान सायक्लोट्रॉन होता पण त्याच्यामुळे जगापुढे फारच चांगले निष्कर्ष हाती आले. चांगले शोध लागले. सायक्लोट्रॉनमध्ये एक 'D' च्या आकाराच्या अर्धवर्तुळात इलेक्ट्रॉन फिरत असतात. आता जेव्हा तेथील शास्त्रज्ञांना त्या 'D' मध्ये काही बदल करायचे असतील तेव्हा तर ही मंडळी चक्क स्क्रू ड्रायव्हर वगैरे घेऊन हाताने तो 'D' काढायचे. त्याला हव्या त्या आकारात बसवायचे आणि पुन्हा जागेवर ठेवून द्यायचे. प्रिन्स्टनच्या सायक्लोट्रॉनमध्ये बदल करण्यासाठी जरा जास्त कष्ट घ्यावे लागायचे. तर एमआयटीच्या सायक्लोट्रॉनमध्ये बदल करण्यासाठी बापरे! क्रेन आणूनच त्यात बदल करावे लागत असतील. इतका तो प्रचंड होता.

वेगवेगळ्या कॉलेजमधून फाईनमन वेगवेगळ्या बऱ्याच गोष्टी शिकत गेले. एमआयटी त्यांना फार प्रिय होते. मनापासून आवडायचे. तिथले वातावरणच असे होते की प्रत्येक विद्यार्थ्याला त्याची भुरळ

पडायची असं वाटायचं की, जगातलं हे एक सर्वोत्कृष्ट कॉलेज आहे. अमेरिकेतील वैज्ञानिकांचे, शास्त्रज्ञांचे हे एकमेव कॉलेज आहे असं वाटायचं आणि इथे आपल्याला अभ्यास करायला मिळतो म्हणजे आपण फारच नशीबवान आहोत, असं वाटू लागायचं. फाईनमनना त्यांच्या प्राध्यापकांनी एमआयटी सोडून, दुसरीकडे पदव्युत्तर शिक्षण घेण्याचा जो सल्ला दिला होता तो अत्यंत योग्य होता. तो मानूनच ते प्रिन्स्टनला आले होते. त्यांच्या विद्यार्थ्यांनाही ते हाच तो सल्ला द्यायचे. बाहेर जा. बाहेरचे जग कसे आहे ते बघा. शिक्षणातील, जीवनातील विविधता अनुभवणे हा शिक्षणाचाच एक भाग आहे आणि विद्यार्थ्यांकरिता असे निर्णय योग्य असतात असे त्यांना वाटायचे.

प्रिन्स्टनमधील दिवस - प्रिन्स्टन (२)

प्रिन्स्टन कॉलेजातील फिजिक्स व गणिताच्या विभागाचा पुढचा कॉरिडॉर हा दोन्ही विभागांकरिता कॉमन होता. दोन्ही डिपार्टमेंटचे लोक त्याचा वापर करायचे. रोज दुपारी चारच्या दरम्यान तेथे दोन्ही विभागातले अध्यापक एकत्र जमत आणि तेथेच चहापानाचा कार्यक्रम होई. अशाच एका दुपारी कोचावर एक गणिताचे प्राध्यापक बसले होते. ते गंभीर विचार करत त्या कोचावर बसले होते. प्रत्येक जण या वेळात जरा निवांतपणे गप्पा मारत. असे काही जण एकमेकांशी चक्क एखाद्या प्रमेयावर चर्चा करत, तर बरेच जण जरा लाईट मूडमध्ये गप्पाटप्पा करायचे.

त्या काळी 'टोपॉलॉजी' हा जरा गाजत असलेला विषय होता. खरंतर ही गणित विषयाचीच एक शाखा आहे. पण गणितज्ञ आणि भौतिकशास्त्रज्ञ यांच्यात त्याविषयी चर्चा व्हायची. याच सुमारास हे गणिताचे प्राध्यापक गंभीरपणे कोचावर बसून विचारमग्न झाले होते आणि दुसरा एक सद्गृहस्थ (अर्थातच गणिताचाच प्राध्यापक) त्यांना काहीतरी तावातावाने समजावण्याचा प्रयत्न करत होता. सांगता सांगता उभे असलेले सद्गृहस्थ म्हणाले, "आणि म्हणून जी गोष्ट मी सांगतोय ना ती खरी आहे." त्यांचे बोलणे ते अगदी ठासून ठासून सांगत होते.

"का बरं?" कोचावरील प्राध्यापक.

"अहो, हे अगदी सोप्पं आहे, अगदीच सोप्पं!" असं म्हणून त्यांनी

त्या प्रमेयातल्या पायऱ्या धडाधड म्हणून दाखवायला सुरुवात केली. उभं राहून, समजावून सांगणाऱ्या प्राध्यापकांची संभाषणाची गाडी धडाधड सुरू झाली होती. बंदुकीच्या फैरीमागून फैरी झडाव्या, तशा शब्दांच्या फैरी झडत होत्या. आधीच ते प्राध्यापक म्हणजे समजावून सांगण्याची, शिकवण्याची प्रचंड हौस, त्यातून गणिताचे प्राध्यापक, मग काय एखाद्या सिद्धान्ताचे विश्लेषण म्हणजे त्यांचा हातखंडा! त्यामुळेच हे प्राध्यापक प्रत्येक पायरी (गणिताच्या सिद्धांताची अर्थातच) रंगवून सांगत होते.

"मग त्यानंतर हा 'किरचॉफ'चा नियम असा असा ऽऽ असा लावा....हा.. हा.. असा आणि असा आणि त्यानंतर 'वॅफेनस्टोफर'चा नियम आणि मग बघा ह्याच्या जागी ते घाला. सबस्टिट्युट (Substitute) करा, मग हे असं असं तयार करा. मग बघा हा कटर त्यामुळे असा जाईल, हा हा इथे आणि मग तो तो तिथे जाईल आणि हे असं...." सर्वनामातील हा असा संवाद चालू होता. फाईनमन आणि त्यांचे सहकारी गणिताच्या प्राध्यापकांचा तो संवाद दुरूनच ऐकत होते. कोचावर बसलेले प्राध्यापक हे सगळे संभाषण अत्यंत गंभीरपणे समजावून घेण्याचा प्रयत्न करत होते, तर उभे राहिलेले प्राध्यापक हवेतच हातवारे करून समजावून देत होते. अत्यंत वेगाने चालणारे हे संभाषण पंधरा एक मिनिटे चालले असेल म्हणजे त्या संभाषणात बोलणारी एकच व्यक्ती होती! शेवटी बोलत बोलत कॉरिडॉरच्या दुसऱ्या टोकापर्यंत समजावणारे प्राध्यापक पोहोचले तेव्हा कोचावरील प्राध्यापक साक्षात्कार झाल्यासारखे एकदम ओरडले.

"आहे खरंच, हे सोप्प आहे, खूपच सोप्प आहे" हे सगळं नाट्य फाईनमन आणि त्यांच्या भौतिकशास्त्राच्या सहकाऱ्यासमोर चालू होतं. सगळेच भौतिकशास्त्राचे अध्यापक हे बघत होते आणि त्यांची चेष्टा करून खिदळत होते. फाईनमनननी आणि त्यांच्या सहकाऱ्यांनी या साऱ्यातून एकच निष्कर्ष काढला आणि ठरवले की सोप्पं किंवा फालतू म्हणजेच प्रुव्हड. म्हणजे काय, तर एखादी गोष्ट फालतू आहे, वरवरची आहे, असं म्हटलं म्हणजे ती गोष्ट सिद्ध झाली.

इतकंच नाही तर हे सगळे भौतिकशास्त्रज्ञ गणिताच्या अध्यापकांची खिल्ली उडवू लागले, "आम्ही एक नवा सिद्धांत मांडला आहे,

सिद्धांत असा आहे की गणितज्ञ हे फक्त सोपे सिद्धांतच सिद्ध करतात. कारण सरळ आहे की, जो सिद्धांत सिद्ध झालेला असतो, तो सोपाच असतो.''

∎

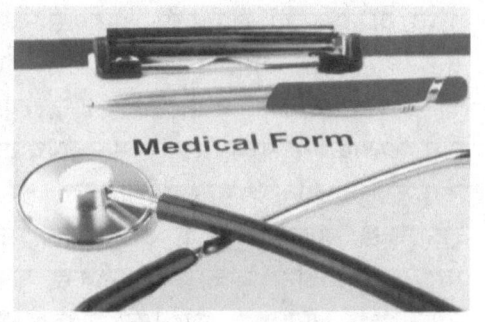

वैद्यकीय तपासणी

दुसऱ्या महायुद्धाच्या धामधुमीत अमेरिकन सैन्याने आपले दरवाजे अनेक तरुण अमेरिकन लोकांसाठी उघडले होते; पण ज्या फाईनमननी अमेरिकेत अणुबॉम्ब बनवण्याच्या प्रकल्पावर काम केले होते, त्या फाईनमनना वैद्यकीय चाचणीत मात्र सैन्यप्रवेशाकरिता मानसिकरीत्या 'अनफिट' म्हणजे चक्क वेडगळ ठरवले होते. फिजिक्स विषयात डॉक्टरेट घेऊन, सैन्यासाठीच काम करणाऱ्या या शास्त्रज्ञाला मानसोपचार तज्ज्ञांनी त्यांच्या तपासणीत चक्क अनुत्तीर्ण केले होते.

या सर्व प्रकारात फाईनमन यांचा खोडकर स्वभावही थोड्याफार प्रमाणात कारणीभूत होता. अमेरिकेने दुसऱ्या महायुद्धात, अणुबॉम्बच्या प्रकल्पात काम करणाऱ्या अनेकांना प्रत्यक्ष सैन्यात भरती करून घेतले नव्हते. दुसऱ्या महायुद्धात फाईनमन अणुबॉम्ब प्रकल्पावर काम करत होते. त्यामुळे सैन्याने त्यांना दूरच ठेवले होते. म्हणून ते पुन्हा एकदा सैन्यात प्रवेश करण्यासाठी गेले. त्यावेळी त्यांना खास शासकीय कामाचा अनुभव मिळाला. सैन्यात भरती होण्यासाठी काही चाचण्या देण्याची गरज होती. तेथे गेल्यावर त्यांच्या हातात खूप सारे फॉर्म्स दिले गेले. मग ते भरून देण्यासाठी बराच वेळ फाईनमन तिथल्या वेगवेगळ्या बूथमधून इकडे तिकडे हिंडत होते. एका बूथवर डोळे तपासले जात होते, तर कान तपासण्यासाठी दुसऱ्या बूथमध्ये हजेरी लावावी लागत होती. रक्ताचा नमुना तपासण्यासाठी वेगळ्याच ठिकाणी रांगेत उभे राहवे लागत होते. बऱ्याच ठिकाणी बऱ्याच चाचण्या चालू होत्या. फाईनमन ते दृश्य बघत बघत सरतेशेवटी तेरा नंबरच्या बूथपाशी आले. तेथे मानसोपचारासाठी चाचणी होणार होती. तिथे

बराच काळ बसावे लागायचे, आसपास काय चालले आहे, ते बघतच वेळ घालवावा लागे. फाईनमनही तेथे एका बाकावर बसून काय चाललंय, याची वाट बघत बसले होते. त्यावेळी तिथे तीन बाक ठेवले होते. प्रत्येक बाकाच्या समोर मानसोपचार तज्ज्ञ बसले होते. म्हणजे बाकाच्या अलीकडे मानसोपचारतज्ज्ञ तर पलीकडे वेड्यांना बसावे लागायचे! म्हणजे वेडेपणा अजूनपर्यंत सिद्ध न झालेल्या वेड्यांना!! मग या मंडळींना बाकाच्या पलीकडे बसलेल्या मंडळींच्या प्रश्नांना उत्तरे द्यावी लागायची. फाईनमन पहिल्या मानसोपचार तज्ज्ञांच्या समोर जाऊन बसले. त्या डॉक्टरांनी फाईनमन यांचं दिलखुलास स्वागत केलं आणि बोलता बोलता सहजपणे त्यांनी त्यांच्या कागदपत्रांकडे नजर टाकली.

"कुठे काम करतोस?"

एव्हाना फाईनमन वैतागले होते. ज्यांची धड ओळखही नाही, ते सद्गृहस्थ चक्क एकेरीवर येऊन हसतमुखाने त्यांना प्रश्न विचारत होते, "डिक, तू कुठे काम करतोस?"

"जनरल इलेक्ट्रिक."

"डिक, तुला तुझं काम आवडतं?" पुन्हा तेच तोंडभरून हास्य!

"ठीक आहे."

या सरळ साध्या प्रश्नांनंतर, त्यांनी विचारलेला प्रश्न मात्र फार वेगळा होता. "लोक तुझ्याबद्दल बोलत असतील, असं तुला वाटतं का?"

या प्रश्नाला मानसोपचार तज्ज्ञाच्या चेहऱ्यावरचं ते हास्यबिस्य पार पळून गेलं होतं. अत्यंत गंभीर स्वरात त्यांनी प्रश्न विचारला होता. विचारताना त्यांचा आवाजही दबकाच होता. बरा सापडला तावडीत, अशा विचाराने फाईनमन मात्र खूश झाले. आता वचपा काढायची हीच संधी आहे, असं त्यांना वाटलं आणि ते म्हणाले,

"होऽऽऽ! मी जेव्हा घरी जातो, तेव्हा माझी आई मला नेहमीच सांगते की, तिच्या मैत्रिणींना ती माझ्याबद्दल काय काय सांगते?"

पण या उत्तराकडे, त्या डॉक्टरांचं अजिबात लक्ष नव्हते. ते फाईनमन यांच्या फॉर्मवर काहीतरी लिहिण्यात गर्क झाले होते. मग लिहिता लिहिताच त्यांनी त्यांच्या दबक्या, गंभीर आवाजात विचारले, "तुला असं वाटतं का, लोक तुझ्याकडे टक लावून बघत, बोलत आहेत म्हणून? म्हणजे हे बघ, की या बाकावर बसलेल्या मुलांपैकी,

कोणी तुझ्याकडे आता रोखून बघत आहे, असं तुला वाटतं का?''
फाईनमन हे जात्याच तल्लख! त्यांनी येतानाच त्या दवाखान्याचे संपूर्ण निरीक्षण करून ठेवले होते, त्यामुळे डॉक्टरांशी बोलत असतानाच त्यांच्या लक्षात आलं होतं की, त्या बाकावर एकूण बारा जण तीन मानसोपचार तज्ज्ञांची वाट बघत बसले होते. खरं तर त्यांना तेथे वाट बघत बसण्याशिवाय काहीच करण्यासारखं नव्हतं त्यामुळे ते बारा जण हे सगळं संभाषण ऐकत होते आणि ऐकण्यासाठी माणूस काय करतो, तर साहजिकच त्या दिशेनेच बघतो. म्हणजे बाकावरचे सगळेच जण त्या दिशेने मग बघू लागले, बारा भागिले तीन म्हणजे प्रत्येक मानसोपचार तज्ज्ञाकरता चार जण असा फाईनमननी सरळ हिशेब केला. त्या डॉक्टरांना ते म्हणाले,

"हो मला वाटतं की कदाचित दोघं जण आपल्याकडे बघत असावेत.''

"अस्सं, मग नीट वळून बघ बरं.''

आणि हे सगळं ते डॉक्टर स्वत: अजिबात मान न वळवता बोलत होते, फाईनमननी जेव्हा वळून पाहिले, तेव्हा खरोखरीच दोघं जणं त्यांच्याकडे बघत होते. तेव्हा त्यांच्याकडे फाईनमननी बोट दाखवलं. अर्थातच, जर तुम्ही एखाद्या अनोळखी व्यक्तीकडे बोट दाखवत बोलू लागलात तर ती माणसं किंवा ती व्यक्ती नक्कीच तुमच्याकडे बघू लागेल ना? नेमकं हेच घडलं. "हे बघा, हे, हे आणि हे आता सगळेच जण, आपल्याकडे बघत आहेत.'' फाईनमन म्हणाले. तरी डॉक्टर काही केल्या वरती बघेनात. हे बघण्यासाठी देखील त्यांनी मान वर केली नाही पण फॉर्मवर मात्र त्यांनी बरंच काही लिहिलं. मग त्यांनी विचारलं,

"तुला काही वेगळे आवाज ऐकू येतात का?''

"अगदी क्वचित!''

"तू स्वत:शीच बोलतोस?''

"हो! कधी कधी काम करताना, विचार करताना, कधीतरी क्वचित....''
डॉक्टरांनी त्या फॉर्मवर बरंच काही लिहून तो फॉर्म भरला.

"माझ्या माहितीप्रमाणे, तुझी पत्नी वारली आहे, हो ना? तू तिच्याशी बोलतोस?''

आता खरं म्हणजे, फाईनमनना या प्रश्नाचा विलक्षण राग आला

होता. पण कसंबसं त्यांनी स्वत:ला सावरलं आणि म्हणाले, "कधी कधी, जेव्हा मी कधी डोंगरावर जातो तेव्हा... कधी." यावर या महाशयांनी, फॉर्मवर बरेच काही लिहिले आणि त्यानंतर मात्र सगळा मोर्चा हा त्यांच्या नातेवाइकांकडे वळवला. त्यांच्यापैकी वेडे होते का? कोणी वेड्यांच्या इस्पितळात होते का? कुणावर मानसोपचार चालू होते का? एक ना दोन! त्यानंतर वेडेपणा म्हणजे काय? वेड लागणं हा रोग आहे की मनाची अवस्था, अपेंडीसायटीस सुजते म्हणजे रोग असतो का? तो आजार आहे का ती अवस्था? मग मात्र फाईनमनना राहवेना. त्यांनी वेड्यांच्या लक्षणांपासून ते अपेंडीसायटीसपर्यंत त्यांना माहिती असलेल्या सर्व गोष्टी त्या डॉक्टरांना सांगून अक्षरश: चिरफाड केली.

पण डॉक्टरांचे त्यांच्या बोलण्याकडे अजिबात लक्ष नव्हते. ते त्यांच्या तंद्रीत काहीतरी लिहित होते. लिहिता लिहिता त्यांना काय वाटले कुणास ठाऊक, ते एकदम म्हणाले,

"डिक तू पीएच.डी. केली आहेस ना?" त्यांच्या स्वरात आता भलताच मऊपणा होता. "कुटून पीएच.डी. केली आहेस?"

"एमआयटी आणि लंडन" फाईनमननी उत्तर दिले. लगेच प्रतिप्रश्न केला, "आणि काय हो, तुम्ही कुठे शिकायला होता?"

"येल आणि लंडन. डिक मला सांग तू पीएच.डी. कोणत्या विषयात केली आहेस?" डॉक्टर.

"फिजिक्स! आणि तुम्ही कुठल्या विषयात पीएच.डी. घेतली आहे?"

"मेडिसीन!" डॉक्टर पुन्हा स्वत:शीच बोलले.

"मेडिसीन? हेऽहेऽ जे काय चाललं आहे, ते मेडिसीन आहे?" अत्यंत उपरोधिक स्वरात फाईनमननी विचारले. आता मात्र त्यांच्या स्वरातील उपरोधिकता डॉक्टरांच्या पूर्णपणे लक्षात आली होती.

"अर्थातच, मग तुला काय वाटतं, हे काय आहे?"

पहिले डॉक्टर जरा तरुण आणि निरागस चेहऱ्याचे होते पण दुसरे डॉक्टर मात्र पक्के मुरलेले वाटत होते. याच व्यवसायात त्यांनी, काळ्याचे पांढरे केले होते. आता मात्र फाईनमननी ठरवले की या डॉक्टरांना वठणीवर आणायचे, कुणालाही सरळ उत्तर द्यायचे नाही. या डॉक्टरांनी त्यांची सर्व कागदपत्रे नीटपणे न्याहाळली आणि आपली बत्तिशी दाखवत म्हणाले,

"डिक, मी तुला दुसऱ्या महायुद्धाच्या वेळी लॉस अलमॉस इथे काम करताना पाहिले आहे."

"असेल!"

"तिथे मला वाटतं एक मुलांची शाळा होती, हो ना?"

"बरोबर आहे."

"त्या शाळेच्या बऱ्याच इमारती होत्या का रे?"

"नाही, फार कमी..."

तीनच प्रश्न! विचारण्याचं ठरावीक तंत्र! ओळीने तीन प्रश्नात चौकशी आणि चौथा प्रश्न एकदम वेगळा! फाईनमनना आता या मानसोपचार तज्ज्ञांची पद्धत चांगलीच कळली होती. आता चौथ्या प्रश्नाची पाळी होती.

"तुला काहीतरी आवाज ऐकू येतात म्हणे? सांग बरं कशाचे आवाज ऐकू येतात?"

डॉक्टरांची जिरवण्याची संधी चालून आली होती. त्याचा पूर्णपणे फायदा घ्यायचा असे फाईनमननी ठरवले.

"तसं, काही विशेष नाही हो, क्वचितच असे आवाज ऐकू येतात, म्हणजे मी जर एखाद्या माणसाशी बोलतो त्यावेळी त्याचे उच्चार जर वेगळे असतील, तर असे आवाज ऐकू येतात. पण मी जेव्हा गाढ झोपतो ना, तेव्हा मात्र मला असे आवाज स्पष्टपणे ऐकू येतात. त्याचं काय आहे की, मी एमआयटीमध्ये शिकत होतो तेव्हाची गोष्ट आहे. प्रा. वालाट्रा हे शिकवायला होते तेव्हा प्रथम मी त्यांचे बोलणे झोपेत ऐकले." आणि असे म्हणून फाईनमननी त्यांची नक्कल करून दाखवली. ती बघून डॉक्टरांनी आपले हसू दाबले आणि पुन्हा प्रश्नोत्तरांच्या फैरींना सुरुवात केली. फाईनमननी यावेळी मात्र अक्षरशः असंबद्ध उत्तरे देण्यास सुरुवात केली.

"तुझा टेलिपथीवर विश्वास आहे?" डॉक्टर.

"नाही. तुमचा?"

फाईनमननी प्रतिप्रश्न केला तेव्हा ते जरा गडबडले, मग स्वतःला सावरून म्हणाले,

"मी असा एकांगी विचार करत नाही. सर्व बाजूंनी चौफेर विचार करतो." डॉक्टर

"काय सांगता, तुम्ही मानसोपचारतज्ज्ञ विचार करता? हॅं!"

फाईनमनना काही काळाने डॉक्टरांनी पुन्हा विचारले, "तुझ्या दृष्टीने जीवनाचं मूल्य किती आहे?"

"चौसष्ट, सिक्स्टी फोर!" फाईनमन म्हणाले.

"काय? तू असं कसं काय ठामपण सांगू शकतोस? कशावरून चौसष्टच आहे?"

आता मात्र डॉक्टर फाईनमनच्या डोळ्यात खरंच वेडाची झाक दिसते का ते बघू लागले. "आता मला सांगा डॉक्टर की, जीवनाचं मूल्य तुम्ही कसं काय मोजाल?"

"तसं नाही म्हणजे चौसष्टच का म्हणालास?"

"शहात्तर असं म्हणालो असतो, तर तुम्ही मला हाच प्रश्न विचारला असता की, शहात्तर कशावरून?"

फाईनमन यांच्या हातात डॉक्टरांनी कागद दिले आणि पुढच्या बूथवर त्यांना जायला सांगितले. फाईनमन बराच काळ त्या बूथसमोर वाट बघत बसले. आतापर्यंत त्यांनी दिलेल्या प्रश्नोत्तरांचा सारांश, या कागदपत्रावर लिहिला होता. त्यांना काय वाटले कुणास ठाऊक, त्यांनी उगीचच त्यांच्या पुढे बसलेल्या तरुणांना ती कागदपत्रे दाखवली आणि मग अगदी अजागळासारखे विचारले,

"काय हो, तुम्हाला कोणती ग्रेड मिळाली आहे? तुम्हाला N मिळालेली दिसतीय, N म्हणजे नॉर्मल आणि मला मानसोपचार चिकित्सेत मात्र D मिळाली आहे, पण या D चा अर्थ काय आहे हो?"

फाईनमनचा चावटपणा त्या तरुणाच्या बहुतेक लक्षात आला नसावा, त्याला त्यांची दया आली असावी. त्याने फाईनमनच्या पाठीवर थोपटले, त्यांचे सांत्वन केले, "मित्रा D म्हणजे डेफिशिअन्ट पण तू काळजी करू नकोस, या ग्रेडमुळे काहीच फरक पडत नाही."

आणि इतकं बोलून तो चटकन शेजारून उठला आणि पलीकडच्या बाकावर जाऊन बसला. त्याला बहुधा वाटले असावे की, कुठे या वेड्याच्या शेजारी बसायचं.

मग मात्र फाईनमननी त्या डॉक्टरांनी लिहिलेले नीट वाचले. एका अर्थी ते फारच गंभीर होते. एकानं लिहिले होते, 'याला वाटतं की लोक याच्याबद्दल बोलत असतात, त्याच्याकडे रोखून बघत असतात.'

दुसऱ्यानं लिहिलं होतं 'ऑडिटरी, हिप्नोगॉगिक हॅल्युसिएशन!' ... वैद्यकीय शेरा

'स्वत:शीच बोलतो!!'

'मृत पत्नीशी बोलतो!!!'

'अतिशय विचित्रपणे रोखून बघतो.' हा शेरा बहुधा जेव्हा त्यांनी त्या डॉक्टरांना विचारलं होतं की 'तुम्ही हे जे काय विचारता आहात ते 'मेडिसीन' आहे का?' या प्रश्नावर होता. डॉक्टरांनी चांगलंच उट्टं काढलं होतं. दुसऱ्या तज्ज्ञांची मतं जास्तच महत्त्वाची होती, कारण ते अनुभवी होते. हे सगळं वाचून फाईनमन स्वत: चांगलेच वैतागले. आता हे सर्व कमी होतं की काय, म्हणून तिथून त्या सर्व उमेदवारांची वरात सैन्यातील अधिकाऱ्यापर्यंत नेण्यात येत होती. तिथं तर काय सगळाच लष्करी खाक्या होता. फाईनमननाही ती कागदपत्रे घेऊन निमूटपणे एका गणवेशातील अधिकाऱ्यापुढे उभं केलं गेलं.

आता खरं म्हणजे तज्ज्ञ डॉक्टरांकडून तपासणी करून आल्यानंतर सैन्याधिकारी त्या माणसाची अशी काय वेगळी तपासणी करणार होते. पण नाही! सैन्यात नियम म्हणजे नियम! मग तपासणारा अधिकारी वैद्यकीय क्षेत्रात पारंगत असो वा नसो, तो त्याचे काम करणार! ज्याच्या समोर फाईनमनना उभे केले होते, त्याचे काम आपल्या समोरील उमेदवार हा सैन्यात जाण्यासाठी योग्य आहे का हे ठरवण्याचे होते आणि दिलेले काम हे गृहस्थ जीव ओतून करत होते. विशेषत: हा अधिकारी जरा जास्तच चोखंदळ आणि कडक होता. त्यांच्या पुढील उमेदवाराच्या मानेखालची दोन हाडं जरा एकमेकांना चिकटलेली होती. म्हणजे मणका थोडा सरकला होता. आता या अधिकाऱ्याने काय करावे? त्याने डॉक्टरांच्या अहवालावर अजिबात विश्वास वगैरे ठेवला नाही. तो सरळ त्याच्या जागेवरून उठला आणि त्याने त्या उमेदवाराच्या मानेखाली दाबून पाहिले की खरंच हाडं चिकटली आहेत का! तो उमेदवार केवळ ओरडण्याचा बाकी राहिला होता. नंतर त्या अधिकाऱ्याने फाईनमनची कागदपत्रे पाहिली. त्यावरील फक्त D हा शेरा पाहिला आणि ताबडतोब REJECTION चा शिक्का सरकारी कागदांवर उमटवला. फाईनमननी निमूटपणे ती कागदपत्रे हातात घेतली. परतीची बस पकडली आणि ते निघाले. बसमध्ये बसल्यावर

वैद्यकीय तपासणी । ५१

अणुबॉम्ब प्रकल्प
लॉस अलमॉस येथे फाईनमन

आतापर्यंत घडलेल्या घटनांवर त्यांच्या मनात विचारचक्र सुरू झाले. 'बाप रे हे काय झाले? मानसोपचार तज्ज्ञांनी चक्क मला अनफिट ठरवले?' काही क्षणच हे विचार त्याच्या मनात आले आणि नंतर त्यांना हसू आले. ते स्वत:शीच हसले. या क्षणी जर त्या डॉक्टरांनी आपल्याला असे हसताना पाहिले, तर मात्र ते आपली रवानगी वेड्यांच्या इस्पितळात करतील अशी फाईनमन यांची खात्रीच पटली.

लक्षात घेण्याजोगी गोष्ट होती की, जो माणूस दुसऱ्या महायुद्धात सैन्याच्या एका महत्त्वाच्या प्रोजेक्टवर काम करत होता आणि ज्याचा अणुबॉम्ब बनवण्याचा प्रोजेक्ट पूर्ण करण्यात महत्त्वाचा वाटा होता; त्याला सैन्याने चक्क 'मेंटली अनफिट' ठरवले होते. तेथून परत आल्यावर फाईनमननी सरळ त्यांच्या वरिष्ठांकडे धाव घेतली. 'हॅन्स बेथे' हे त्यांचे प्रमुख होते. हॅन्स बेथे हे पुढे पुष्कळ वर्षे जगले आणि इ.स. २००४-०५ च्या सुमारास गेले. हॅन्स बेथे यांनाही नोबल पारितोषिक मिळाले होते. अणुबॉम्ब प्रोजेक्टवर फाईनमनना आणण्यात त्यांचा पुढाकार होता. फाईनमनना पाहताच बेथेनी मिश्कीलपणे विचारले,

"डिक पास झालास की नाहीस?"

फाईनमननी अत्यंत गंभीर चेहरा करून सांगितले, "नाही."

मग मात्र ते हादरले. त्यांना वाटले की, फाईनमनना खरोखरीच काहीतरी गंभीर आजार आहे की काय! "डिक काय झाले?" यावर फाईनमननी स्वत:च्या डोक्याकडे बोट दाखवत खुणेनेच सांगितले की त्यांना 'क्रॅक' ठरवण्यात आलं आहे.

"शक्यच नाही."

"हो, असंच झालं आहे." फाईनमन म्हणाले.

"हे शक्यच नाही." आणि इतकं बोलून ते खो खो हसू लागले. त्यांच्या हसण्याने त्या जनरल इलेक्ट्रिकच्या इमारतीचे छप्पर खाली येते की काय असे वाटू लागले. ही घटना फाईनमन यांच्या मित्रांमध्ये सगळ्यांनाच समजली. काहींना त्यांनी स्वत:च रंगवून सांगितली.

विलक्षण कुशाग्र बुद्धिमत्तेच्या फिजिक्सच्या शास्त्रज्ञाला लष्कराने चक्क वेड्यात काढले होते. पुढे काही दिवसांनी फाईनमन जेव्हा घरी परतले तेव्हा त्यांच्या स्वागतासाठी त्यांचे आईवडील आणि बहीण हे विमानतळावर आले होते. त्यावेळी घरी जाताना त्यांनी ही सर्व हकिकत आपल्या आईवडलांना सांगितली. आईवडलांनी हे सारं ऐकून घेतलं खरं पण मग मात्र त्या माऊलीला मुलाविषयी काळजी वाटू लागली. तिने आपल्या पतीला गंभीरपणे विचारले,

"आता काय करायचं आपण?" यावर त्यांचे वडील म्हणाले,

"उगीच काहीतरी विचार करू नकोस, हा सगळाच मूर्खपणा आहे." त्यावेळी ते म्हणाले खरे पण काही दिवसांनी त्यांनाही काळजी वाटू लागली. इतका हुशार मुलगा आणि त्याला डॉक्टरांनी चक्क 'मेंटली अनफिट' ठरवले. मग त्यावेळी चिंतातुर स्वरात त्यांनी बायकोला विचारले, "आता काय करायचं आपण?"

आता फटकारण्याची पाळी फाईनमन यांच्या आईची होती. एव्हाना ती निर्धास्त झाली होती. तिने नवऱ्याला सुनावले, "उगीच चिंता करू नका."

त्यानंतर काही दिवसांनी फिजिक्स शास्त्रज्ञांच्या सोसायटीची मिटिंग होती. त्यावेळी फाईनमन यांचे एमआयटीतील प्राध्यापक मित्र तेथे आले होते. त्यांच्या आग्रहावरून फाईनमन यांनी हा सैन्यातला किस्सा त्या सगळ्यांना परत ऐकवला आणि अगदी रंगवून ऐकवला. तो ऐकताना सगळीच मंडळी अगदी मनापासून हसत होती. दाद देत होती. अपवाद होता तो फक्त मि. स्लाटर या गृहस्थांचा! हे गृहस्थ विलक्षण गंभीरपणे हा सगळा किस्सा ऐकत होते. त्यांच्या चेहऱ्यावरील रेषाही हलली नव्हती. सरतेशेवटी हसता हसता, त्यातील एक जण त्यांच्याकडे निर्देशून म्हणाला,

"बघ बुवा, यांच्या मनात काहीतरी वेगळंच चाललेलं दिसतंय!"

न राहवून मग फाईनमननी त्यांना विचारलं, "सर आपण कोण?" कारण फाईनमन त्यांना ओळखत नव्हते. पण तरीही हा प्रश्न वेडेपणाचा होता. कारण ती मिटिंग मुळी भौतिकशास्त्राच्या शास्त्रज्ञांची होती. सगळेच फिजिक्सचे अभ्यासक होते पण हे गृहस्थ काही हसत नव्हते. थोडक्यात काय तर फिजिक्सच्या मंडळींशी त्यांची वेव्हलेंथ जुळत नव्हती. इतकंच नव्हे तर मानसोपचार तज्ज्ञांविषयी त्यांची मतेही जरा

वेगळी होती. त्यामुळे फाईनमननी जरा त्यांना खोचूनच विचारले होते. यानंतर ते गृहस्थ जे बोलले ते ऐकून मात्र फाईनमन चांगलेच हादरले.

"खरं म्हणजे, मी इथे येण्याचं तसं काही कारणच नाही कारण मी फिजिक्सचा प्रोफेसर नाही. मी इथं पाहुणा म्हणून आलो आहे. माझा भाऊ फिजिक्सचा शास्त्रज्ञ आहे.'' आता मात्र सगळेच हसायचे थांबले.

"आणि तुम्ही?''

"मी मानसोपचार तज्ज्ञ आहे!''

आता मात्र खरंच पंचाईत झाली होती. फाईनमन आणि त्यांच्या मित्रांनी एकंदरीतच मानसोपचार तज्ज्ञांची बरीच खिल्ली उडवली होती. आता मात्र फाईनमनना खरंच काळजी वाटू लागली. कारण त्यांच्यासारख्या फिजिक्सच्या शास्त्रज्ञाला, ते अणुबॉम्बच्या प्रोजेक्टवर काम करायचे, म्हणून सैन्याने थेट आत प्रवेश दिला नव्हता. युद्ध संपेपर्यंत त्यांना ते महत्त्वाच्या कमिटीवरील सभासद आहेत म्हणून वगळले होते आणि आता युद्ध संपल्यानंतर मानसोपचार चाचणीत 'डी' ग्रेड देऊन सैन्य प्रवेशातून वगळले होते. याचा एकूण अर्थ काय निघत होता? पण वास्तवात ते फिजिक्सचे प्राध्यापक होते. म्हणजे ही व्यक्ती वेडसर नसून, वेडसर बनण्याचा आभास निर्माण करत आहे असा ठपका येण्याचा संभव होता आणि हे जर सरकारला कळले तर आता मात्र खैर नव्हती.

फाईनमननी यातून मग तोडगा काढला. त्यांनी सरकार दरबारी एक पत्र पाठवले यात लिहिले की,

मी शास्त्राच्या विद्यार्थ्यांना शिकवतो म्हणून आपण मला सैन्य प्रवेशाकरिता अपात्र ठरवावे असे मला वाटत नाही. कारण हेच विद्यार्थी उद्याचे शास्त्रज्ञ आहेत आणि राष्ट्राचे भवितव्य ते ठरवणार आहेत. तो वैद्यकीय अहवाल ही एक प्रचंड चूक आहे असे मला वाटते. मी ही चूक तुमच्या मुद्दाम निदर्शनाला आणून देत आहे कारण तिचा गैरफायदा घ्यावा असे मला वाटत नाही आणि असे वाटण्याइतपत मी वेडसर आहे.

आपला नम्र,
आर. पी. फाईनमन

फिजिक्समध्ये आकंठ बुडलेले फाईनमन

विज्ञानाविषयी फाईनमन यांचे विचार फार स्पष्ट होते. विज्ञान हे एक दर्शन आहे पण इतर धार्मिक तत्त्वज्ञानाप्रमाणे तिथे 'बाबा वाक्यम् प्रमाणम्' ही वृत्ती चालणारच नाही. चिकित्सा नाही तिथे विज्ञानच नाही. पण त्याचबरोबर विज्ञान शिकणं म्हणजे संयम शिकणं, केलेली निरीक्षणं कुठलाही पूर्वग्रह न ठेवता मांडणं, बघणं, नीट लक्षपूर्वक बघणं; एखादं गणित, एखादा प्रॉब्लेम चिकाटीने सोडवणं म्हणजे विज्ञानाची आराधना करणं असं त्यांना वाटे. विज्ञान म्हणजे काय हे सांगताना त्यांच्यातील मूळ शिक्षक जागा होई. अत्यंत मिश्कील वृत्तीचे फाईनमन हे विज्ञानाविषयी बोलताना गंभीर होत.

पृथ्वीवर उत्क्रांती झाली आणि या उत्क्रांतीच्या काळात माणूस आणि अनेक प्राणी हे आपापल्या पूर्वजांकडून अनेक गोष्टी शिकत गेले. जे शिकले ते तगले. जे शिकण्यापूर्वीच नष्ट झाले, त्यांचा निर्वंश झाला. आता खरा प्रश्न असा आहे की, हे जे काही शिक्षण एका पिढीतून दुसऱ्या पिढीकडे गेलं, ते बऱ्याचवेळा योगायोगाने, अपघाताने! त्यातलं बरंचसं शिक्षण हे विस्मरणातही गेलं. जे विस्मरणात गेलं त्याचा अर्थातच काहीच उपयोग झाला नाही; पण मनुष्यप्राण्याच्या बाबतीत मात्र हा प्रकार घडला नाही. एका पिढीतले ज्ञान त्याने दुसऱ्या पिढीत पोहोचवले. आत्मसात केलेले ज्ञान त्याने लक्षात ठेवले आणि पुढच्या पिढीला दिले. त्यामुळे ज्ञानसंवर्धन झाले पण या ज्ञानात असेही काही ज्ञान होते की, जे मनुष्य जातीच्या काहीही फायद्याचे नव्हते आणि यातलाच काही भाग म्हणजे रुढी, परंपरा, अंधश्रद्धा.

त्यांचे पिढ्यान्‌पिढ्या जतन केले गेले. 'हे असं का?' असं न विचारता इतकंच नव्हे तर विस्मरणात न जाता, पुढच्या पिढीतही हे ज्ञान शिकवलं गेलं. सर्व प्रकारचे पूर्वग्रह, चित्रविचित्र श्रद्धा, विश्वास पूर्वजांकडून माणसाने जशाच्या तशा जपल्या. अंधश्रद्धा म्हणजे काय याचे सुरेख विश्लेषण फाईनमननी केलं होतं. विज्ञान म्हणजे नेमकं काय हेही त्यांनी सांगितलं. त्यांच्यामते माणसाने अंधश्रद्धाच जोपासल्या असं नाही तर या अंधश्रद्धांचं जंजाळ, हे साचलेले अतिरिक्त, अनावश्यक माहितीचं जाळं दूर करण्याची युक्तीही त्यानेच शोधून काढली आणि ही युक्ती म्हणजे चिकित्सा करणे. कुठल्याही गोष्टीला 'बाबा वाक्यम् प्रमाणम्' असं न मानता प्रत्यक्ष प्रयोग करून त्या प्रयोगातील निरीक्षणावरून अनुमान काढणं यालाच शास्त्र किंवा विज्ञान म्हणतात.

नवीन प्रत्यक्ष केलेल्या प्रयोगाचा अनुभव हा पुन्हा पुन्हा तपासून घेता येणं म्हणजे विज्ञान! जरुरी नाही की मागच्या पिढीतल्या अनुभवांवर विश्वास ठेवलाच पाहिजे. माझ्या दृष्टीने विज्ञानाची ही सर्वोत्तम व्याख्या आहे. या विश्वाचं सौंदर्य आणि कुतूहल या दोन्ही गोष्टी शास्त्रीय प्रयोगातून शिकता येतात. असं मत मांडून फाईनमनच्या मते शास्त्रामुळेच आपण शिकू शकलो, या विश्वाचं रहस्य आपण समजावून घेण्याचा प्रयत्न करू शकलो. सूर्यामुळेच इथलं जीवन आहे, पण पृथ्वीच्या परिभ्रमणाचा वेग आणि सूर्यप्रकाश या दोन्ही वेगळ्या गोष्टी आहेत. अणुशक्ती आणि सूर्यप्रकाश भिन्न आहेत. सूर्याचा प्रकाश आणि ज्वालामुखी हेही भिन्न आहेत. त्यांच्या अस्तित्वाची कारणं भिन्न आहेत. विज्ञानाच्या अभ्यासामुळे हे जग निराळं होतं. त्याचं वेगळेपण दिसतं. झाडं वाढतात, ती जगतात, वातावरणातील हवा घेऊन ती जगतात. ती जाळल्यानंतर पुन्हा त्यांचा धूर होतो. तोही या हवेतच मिसळतो.

फाईनमन यांची मतं अतिशय स्पष्ट होती. शास्त्रामुळे या विश्वाचे स्वरूप कळते पण त्याचवेळी वैज्ञानिक सिद्धांताला शास्त्रीय प्रयोगांची जोड असली पाहिजे असं ते आग्रहाने सांगत. इतकंच नव्हे तर हे सर्व प्रयोग हे कुणालाही, कुठल्याही वेळी, प्रथम प्रयोग करताना जी स्थिती असेल, त्याच स्थितीत करता आले पाहिजेत. प्रयोगातील यशाबरोबर त्यातील चुका, त्रुटी यासुद्धा शास्त्रज्ञांनी प्रामाणिकपणे मांडल्या पाहिजेत.

उदाहरणार्थ, पाणी १०० अंश तापमानाला उकळते, पण त्यावेळचा हवेचा दाब, आजूबाजूचे तापमान इ. सर्व गोष्टी या प्रयोग करताना नोंदवल्या गेल्या पाहिजेत आणि नंतर हवेचा दाब, बाह्य तापमान इ. प्रयोग करत असतानाच नोंदवलेल्या गोष्टी, पृथ्वीवरील कुठेही प्रयोग करत असताना समान असतील, तर त्याला नेहमीच समान निष्कर्ष मिळेल. म्हणजेच पाणी हे त्या अवस्थेत १०० अंशालाच उकळेल. शास्त्रीय प्रयोगांची हीच मेख आहे. ते व्यक्तीवर, स्थानावर अवलंबून नाहीत. शास्त्रीय सत्य हे सगळ्यांना सारखेच निष्कर्ष देते, हे फाईनमननी आयुष्यभर आग्रहाने सांगितलं. विद्यार्थ्यांना शास्त्राचे शिक्षण कशा प्रकारे द्यावे याबाबत फाईनमन यांचे निश्चित मत होते. विज्ञान म्हणजे पुस्तकेच्या पुस्तके अ ते ज्ञ पर्यंत पाठ करणे, त्यातील व्याख्या या त्यातील एकाही शब्दाचा अर्थ न समजून घेता तयार करणे आणि परीक्षेसाठी खुशाल डोळे मिटून धडाधड उत्तरे लिहून टाकणे हे त्यांना अमान्य होते.

आपल्या वार्षिक सुट्टीमध्ये फाईनमन हे वेगवेगळ्या देशांतील विद्यापीठांमध्ये शिकवण्यासाठी जात. तेथे त्यांना बरेच अनुभव मिळत. ब्राझीलमध्ये शिकवत असताना त्यांना असाच मजेशीर अनुभव आला. वर्गात शिकवत असताना ते मुलांना मधूनमधून प्रश्न विचारीत. मुलं त्याची फार चटकन उत्तरं देत असत. याच्या पुढची मौजेची गोष्ट फाईनमन यांच्या लक्षात आली. अन् ती म्हणजे हाच प्रश्न किंवा हेच प्रश्न जर त्यांना दुसऱ्या दिवशी विचारले, तर मात्र त्या मुलांना त्यांची उत्तरं देता येत नसत. भौतिकशास्त्रातील अनेक व्याख्या मुलांच्या तोंडपाठ होत्या. प्रकाशाचे परावर्तन, पोलराईड लाईट म्हणजे काय, इ. अनेक व्याख्या मुलं अक्षरशः खडान्खडा म्हणून दाखवत पण फाईनमन जेव्हा त्यांना प्रत्यक्ष व्यवहारातील, विज्ञानविषयक प्रश्न विचारत तेव्हा ती निरुत्तर होत. उदाहरणार्थ, किनाऱ्यावरून परावर्तित होणारा प्रकाश किंवा वर्गातील कुठल्याही दोन वस्तूंचे एकमेकांवरील बल, अशासारखे प्रश्न विद्यार्थ्यांना जड जायचे. त्यांना पुस्तकातील न्यूटनचे नियम, इतर तत्त्वे तोंडपाठ होती पण मुलांनी प्रत्यक्ष भौतिकशास्त्र आणि पुस्तकी भौतिकशास्त्र अशा दोन गोष्टी या वेगवेगळ्याच मानल्या होत्या. फाईनमन यांच्यामते भौतिकशास्त्र हे समजून घेण्याचे शास्त्र

होते. हे विश्व, त्यातील गोष्टी यांचे परस्परसंबंध आणि रोज दिसणाऱ्या गोष्टीतील परस्परसंबंध हे दोन्ही भौतिकशास्त्राच्याच अभ्यासाचा विषय होते. पण मुलांना हे कधी शिकवलेच गेले नव्हते. मुलांनी मुळापासून शिकून घ्यावे हा फाईनमन यांचा प्रयत्न असायचा.

ब्राझीलमधील वास्तव्यात त्यांच्या लक्षात आले की, मुले पोपटपंची करून परीक्षेत उत्तीर्ण होत होती. तिथे सर्व काही शिकवलं जात होतं. विद्यार्थी ते पाठ करून परीक्षेत पास होत होते. पण जे शिकवलं जात होतं, ते विज्ञान नव्हतं. पोपटपंची होती. वैज्ञानिक कल्पना त्यामुळे मुलांना मुळातच समजल्या नव्हत्या. रिचर्ड फाईनमन यांनी आयुष्यात विज्ञानाचा शास्त्रीय कल्पनांचा भरपूर आनंद लुटला. विज्ञान हे कठीण नसते, तर त्यातून आनंद घेता येतो हे त्यांनी विद्यार्थ्यांना शिकवले. विज्ञानाइतकेच प्रेम त्यांनी विद्यार्थ्यांवर केले. विद्यार्थ्यांना अडलेल्या प्रत्येक शंकेचे उत्तर हे पूर्णपणे दिलेच पाहिजे असे त्यांना वाटायचे. विद्यार्थ्यांनी विचारलेल्या शंका हे एक आव्हान असते आणि गुरूने ते आव्हान समर्थपणे पेलले पाहिजे या वृत्तीनेच त्यांनी आयुष्यभर विद्यार्थ्यांना शिकवले. आपलं प्रत्येक लेक्चर हे उत्कृष्टच झालं पाहिजे असा त्यांचा प्रयत्न असायचा. प्रत्येक तासाची ते उत्कृष्ट तयारी करूनच लेक्चर घ्यायचे. विद्यार्थ्यांसाठी परीक्षांकरता दिली जाणारी गणिते, प्रश्न याचीही ते तयारी करायचे. परीक्षेत विचारले जाणारे प्रश्न हे प्राध्यापकांनी तपासून पाहिलेच पाहिजेत असा त्यांचा आग्रह असायचा. हे प्रश्न 'सेन्सिबल'च (योग्य) असले पाहिजेत हा त्यांचा कटाक्ष असायचा आणि याकरिता ते स्वत: भरपूर कष्ट घ्यायचे. साहजिकच त्यांची लेक्चर्स ही विद्यार्थ्यांकरता पर्वणी असायची. त्यांच्या एका विद्यार्थ्याने त्यांच्या तासाचे सुरेख वर्णन केले आहे.

वर्गामध्ये क्षणाक्षणाला खसखस पिकत होती, मधूनच हास्याची कारंजी उसळत होती. वर्ग तुडुंब भरलेला होता. फळा अनाकलनीय वस्तूंनी भरलेला होता. शिकवणाऱ्या सरांची बोटं मधून पुढं उभं केलेल्या रोस्ट्रमवरून तबल्याचा ठेका धरल्यागत थिरकत होती. खडू हाताच्या बोटांमध्ये नाचवत, नृत्याची लयकारी घेत होता. समोरून बघणाऱ्याला वाटावं की हा एखाद्या नृत्य नाट्य शिबिराचा वर्ग चालू आहे की काय! शिकवणाऱ्या सरांच्या चेहऱ्यावरचा मिश्कीलपणा

त्यांच्या डोळ्यातूनच व्यक्त होत होता. एका मनमुक्त वातावरणात ती शिकवणी चालू होती आणि शिकवणीचा विषय कोणता होता... अत्यंत गहन! थिऑरॉटिकल फिजिक्स!! (वैचारिक भौतिकशास्त्र). बुद्धीला आव्हान देणाऱ्या, गणिताच्या लडींवर लडी (सहजगत्या) उकलून दाखवणाऱ्या या शिक्षकाचे नाव होते रिचर्ड फाईनमन! अल्बर्ट आईन्स्टाईननंतर, वैचारिक भौतिकशास्त्र ज्या मार्गावर थबकले, त्या मार्गावरून दिशा देणाऱ्या शास्त्रज्ञांमधले एक भारदस्त नाव! फाईनमननी विद्यार्थ्यांना भरभरून फिजिक्स शिकवले, खरं म्हणजे शिकवले नाही तर फिजिक्सच्या प्रेमातच ते किती आकंठ बुडले होते हे दाखवले. फाईनमन स्वत: उत्कृष्ट शिक्षक होते. आपला मुद्दा विद्यार्थ्यांपर्यंत पोहोचला आहे की नाही, नीटपणे त्यांना त्यातील कल्पना समजल्या आहेत की नाहीत याविषयी ते विलक्षण जागरूक असत.

त्यांचे शिक्षक हॅन्स बेथे यांनी त्यांना लॉस अलमॉसचा प्रकल्प संपल्यावर, कॉर्नेल विद्यापीठात शिकवण्यासाठी पाचारण केले. स्वत: हॅन्स बेथे हे अत्यंत नावाजलेले भौतिकशास्त्रज्ञ होते. अणुच्या केंद्रातील एकीकरणाची प्रक्रिया (न्युक्लिअर फ्युजन) ही सूर्याच्या शक्तीचे मुख्य स्रोत असते, हे त्यांनी दाखवून दिले होते. हॅन्स बेथे यांच्या बोलवण्यावरून फाईनमन कॉर्नेलला रुजू झाले खरे पण त्यांच्यातला सृजनशील प्रज्ञावंत त्यांना स्वस्थ बसू देईना. स्वत:च्या बुद्धीला चालना देण्यासाठी त्यांनी, सरतेशेवटी भौतिकशास्त्रातील काही साध्या गोष्टींची कारणमीमांसा शोधून काढण्यामध्ये आपला वेळ घालवण्यास सुरुवात केली. उदाहरणार्थ, थाळी फेकण्याचा खेळ. त्यातील थाळीच्या गतीच्या अभ्यासावर जोर दिला. पुढील आयुष्यात हाच अभ्यास त्यांना उपयोगी पडला आणि त्यातूनच पुढे क्वांटम इलेक्ट्रोडायनॅमिक्स या शाखेचा उगम झाला.

त्यांच्या शोधक वृत्तीची, ज्ञानाची ख्याती एव्हाना सगळीकडे पसरायला लागली होती. कॅलिफोर्निया इन्स्टिट्यूट ऑफ टेक्नॉलॉजी (पासेडेना) या संस्थेने त्यांना प्राध्यापक म्हणून तेथे येण्याची विनंती केली. तत्पूर्वी प्रिन्स्टन येथील 'इन्स्टिट्यूट ऑफ ॲडव्हान्स स्टडी'ने देखील त्यांना बोलावणे धाडले होते. या संस्थेच्या प्राध्यापकवर्गात दिमाखाने झळकणारे एक नाव होते– अल्बर्ट आईन्स्टाईन! पण रिचर्ड फाईनमननी तेथे जाण्याचे नाकारून कॅलिफोर्नियात रुजू व्हायचे ठरवले.

याचे एक महत्त्वाचे कारण म्हणजे तेथे शिकवण्याचे काम नुसतेच नव्हते तर संशोधन कार्य होते. फाईनमनना विद्यार्थ्यांना शिकवण्याचे कार्य अत्यंत प्रिय वाटायचे. विद्यार्थ्यांना शिकवण्यामुळे त्यांना स्फूर्ती मिळायची. त्यांच्यातील संशोधक जेव्हा शोधकार्यात मग्न नसायचा, तेव्हा विद्यार्थ्यांमध्ये रमायचा. फिजिक्ससारखा कठीण विषयसुद्धा अगदी नवख्या, तरुण, पहिल्या वर्षीच्या विद्यार्थ्याला समजला पाहिजे असा त्यांचा कटाक्ष असे. विषयाचे स्पष्ट आकलन आणि स्वच्छ, साध्या व नेमक्या शब्दांत तो मांडणे यावर त्यांचा कटाक्ष असे. शिक्षक म्हणून ते शिकवायला जसे आतुर असत त्याचप्रमाणे नवनवीन कल्पना शिकण्यासाठीही ते उत्सुक असायचे. अशाच एका 'सबॅटिकल इयर' मध्ये त्यांनी न्यूटनचा 'प्रिन्सिपिया' हा गणिताचा ग्रंथ पुन्हा नव्याने वाचला. अभ्यास केला. त्यांची खरी प्रतिभा बहरली ती कॅलटेकमध्ये असतानाच. खाली दिलेल्या यादीकडे नजर टाकली तरी ही गोष्ट पटेल.

(१) क्वांटम इलेक्ट्रोडायनॅमिक्स - ज्याकरिता फाईनमनना नोबेल पारितोषिक मिळाले.

(२) 'अत्यंत थंड द्रवरूप हेलिअमची अतिवाहकता' या विषयावरील त्यांच्या अभ्यासामुळे अतिवाहकता या विषयाला प्रचंड गती मिळाली.

(३) अणूच्या अंतर्भागातील प्रारणांचे क्षीण विघटन ही प्रक्रियाही त्यांनी अभ्यासली.

'फाईनमन्स ड्रायग्रॅम' या नावाने त्यांचे प्रसिद्ध संशोधन हल्ली नव्याने मांडण्यात आलेल्या M थिअरीमध्ये उपयोगी पडते. अणू ज्यापासून बनला असावा असे अतिसूक्ष्म कण, इलेक्ट्रॉनमधील क्रिया, प्रतिवस्तुमान या सर्व घटकांचे आपापसातले परिणाम, स्थलकालातील त्यांचे वागणे हे समजून घेण्यासाठी फाईनमन्स डायग्रॅम अत्यंत उपयोगी पडतात. कुठलाही वैज्ञानिक शास्त्रीय प्रयोग करताना शास्त्रज्ञाने किती काळजी घ्यावी, याविषयीच्या फाईनमन यांच्या कल्पना फार स्पष्ट होत्या....

प्राध्यापकांना २/३ वर्षांच्या कालावधीतून एक वर्षाची सुट्टी देण्याची अमेरिकेतील विद्यापीठांची पद्धत आहे. त्या सुट्टीला 'सबॅटिकल इयर' असे म्हणतात. या सुट्टीत प्राध्यापकांनी स्वतःची संस्था सोडून देशात किंवा परदेशात हिंडावे. तेथील अभ्यास, परीक्षा पद्धत, एकंदरीत

शैक्षणिक व्यवस्था बघावी, काहीतरी नवीन शिकावे, हिंडावे, नेहमीच्या कामातून त्यांना थोडासा बदल मिळावा अशी अपेक्षा असते. फाईनमननी या सुट्टीचा पुरेपूर उपयोग करून घेतला होता. कधी कधी ते इतर देशात जाऊन शिकण्याऐवजी, इतर डिपार्टमेंटमधील एखादा विषय शिकायचे. फिजिक्सच्या या पंडिताने जीवशास्त्र विभागात अगदी पदवीधर विद्यार्थ्यांप्रमाणे अभ्यास केला होता. प्रोजेक्टदेखील पूर्ण केला होता.

खरं म्हणजे ते स्वत: फिजिक्सचे प्राध्यापक होते. एखाद्या नवशिक्या विद्यार्थ्याच्या उत्साहाने त्यांनी जीवशास्त्राचा प्रयोग सुरू केला होता. फाईनमनच्या मते तो प्रयोग योग्य उपकरणे वापरून योग्य रितीने सुरू केला होता. प्रयोग कशाविषयी होता; तर पेशीतील रायबोसोम हे प्रथिन सर्व सजीवात सारखेच असते हे दाखवण्याचा! फाईनमन यांचे हे प्रयोग जीवशास्त्राच्या प्राध्यापिकेच्या मार्गदर्शनाखाली चालले होते. त्यांनी स्वत:च 'रायबोसोम'चे नमुने बनवले आणि ते फ्रिजमध्ये ठेवले आणि प्रत्यक्ष प्रयोगाच्या वेळी महिनाभर फ्रिजमध्ये ठेवलेले हे नमुने, त्यांनी त्या प्राध्यापिकेच्या स्वाधीन केले. परिणाम? एक महिना फ्रिजमध्ये ठेवल्यामुळे ते नमुने थोडेसे खराब झाले होते.

"माझ्या आयुष्यातील ती सर्वांत मोठी चूक होती." फाईनमननी ती घटना सांगताना स्वत:च ही कबुली दिली. "कदाचित मी ते नमुने पुन्हा नव्याने बनवून दिले असते तर सजीवांच्या जीवनातील साधर्म्य दाखवून देणारे आम्ही पहिले यशस्वी शास्त्रज्ञ झालो असतो." प्रयोग करताना काय काळजी घ्यावी, हौशी- नवख्या संशोधकासारखे वागू नये याविषयी ते नंतर फार जागरुक झाले. स्वत:चा मूर्खपणा व चुकाही त्यांनी सरळपणे कबूल केल्या. त्या चुकांतूनही नवीन संशोधकांना शिकायला मिळाले.

शिकवणे हा त्यांचा श्वास होता. १९४० साली प्रिन्स्टनच्या कॉलेजात शिकत असताना त्यांच्या डोळ्यासमोरच काही अत्यंत हुशार प्राध्यापकांना शिकवण्यापासून वंचित केल्यामुळे त्यांची कशी अवस्था झाली होती हे त्यांनी पाहिले होते. त्याचे असे झाले होते की, तिथल्या काही अत्यंत तल्लख डोक्याच्या लोकांना एकत्र आणून 'Institute for Advance Study' या संस्थेत आणून बसवले होते आणि

त्यांना काम कोणते दिले होते? तर फक्त संशोधनाचे! या प्राध्यापकांवर कुणालाही शिकवायचे बंधन नव्हते. मग ही गरीब बिच्चारी मंडळी काय करायची? ती सगळी त्या सुंदर इमारतीच्या आवारात बसून, नुसतीच विचार करायची. परिणाम असा व्हायचा की त्यांना कशावर विचार करायचा हेच कळायचं नाही. ती मंडळी नुसतीच बसून राहायची. कारण विचाराला चालना मिळण्यासाठी, बुद्धीला आव्हान देणारे काहीतरी प्रश्न पुढे यावे लागतात. या मंडळींपुढे या इन्स्टिट्यूटमधून चालना मिळण्यासारखे काहीच नव्हते. त्यांना पुष्कळ काही चांगलं काम करण्यासाठी संधी मिळाली होती. पण हे पुष्कळ काही म्हणजे नेमकं काय करायचं, हे काही त्यांना समजत नव्हतं. कारण तिथे इतर कुठल्याच गोष्टी चालू नव्हत्या. या मंडळींचा प्रत्यक्ष प्रयोग करणाऱ्या शास्त्रज्ञांबरोबर काहीच संबंध येत नव्हता.

फाईनमनच्या मते जेव्हा काही नवीन कल्पनाच सुचायच्या नाहीत, त्यावेळी विद्यार्थ्यांना शिकवणं, हाच एक मुख्य आधार असतो. विद्यार्थ्यांशी झालेल्या चर्चेतून, त्यांनी विचारलेल्या शंकांमधून बुद्धीला, विचारांना चालना मिळते. शिकवता शिकवता कित्येकदा अनेक मूलभूत विचारांवर पुन्हा नव्याने विचार केला जातो. नवीन कल्पना नाही सुचल्या, तरी बिघडत नाही. निदान विद्यार्थ्यांमध्ये ज्ञानाची देवाणघेवाण केली, तरी जातीच्या शिक्षकाला बरे वाटते. अनेकवेळा माहीत असलेले विचार शिकवता शिकवता नव्याने चाचपून बघता येतात. नव्या दृष्टिकोनातून तपासून बघता येतात. अनेकदा हुशार मुलं अशा काही शंका विचारतात की, त्यावर पुन्हा नव्याने अभ्यास करण्याची गरज भासते. अशावेळी कदाचित मुलांना अशा कल्पना सुचणार नाहीत किंवा या शंकांच्या उत्तराकडे त्यांचे लक्ष वेधले जाणार नाही, पण त्यांच्या प्रश्नांमुळे शिक्षकाच्या मनातील विचारांची, संशोधनाची प्रक्रिया जागी राहते. मुलंच कित्येकवेळी नव्याने अभ्यासाला उद्युक्त करतात. त्यामुळे विद्यार्थी आणि शिकवणं या दोन्ही गोष्टींमुळे आपलं आयुष्य हे फार सुकर झालं असं फाईनमनना मनापासून वाटे. जिथे शिकवण्याव्यतिरिक्त अन्य काही काम करावं लागेल, अशा जागा मग ती कितीही मानाची असली तरी त्यांनी पत्करली नाही.

■

मांजराचा नकाशा

प्राध्यापकीय आयुष्यात काम करत असतानाही फाईनमन यांची विद्यार्थीदशा जणू संपली नव्हती. खरं तर फिजिक्सच्या प्राध्यापकाचे काम ते निवांतपणे करू शकत होते पण त्यांची मूलभूत चिकित्सक वृत्ती त्यांना स्वस्थ बसू देत नव्हती. त्यामुळे मिळालेल्या वेळात ते इतर डिपार्टमेंटच्या विषयांमध्ये रस घ्यायचे. या वृत्तीमुळेच जीवशास्त्राचाही अभ्यास करण्याची उत्सुकता त्यांच्यात निर्माण झाली. हा अभ्यास करतानाही जीवशास्त्राचे विद्यार्थी काय उत्सुकतेने अभ्यास करतील, त्यापेक्षाही अधिक उत्साहाने आणि जोमाने त्यांनी अभ्यास सुरू केला. झूलॉजीच्या तासांना ते जाऊन बसू लागले. या माणसाचा अभ्यास हा वरवरचा अभ्यास नसे, तर प्रत्येक गोष्टीचा पद्धतशीर, मुळापासून ते अभ्यास करत. त्यांचे गणित चांगले होते. त्यामुळे सांख्यिकी शास्त्रासंबंधित, जीवशास्त्राच्या ज्या ज्या घटना होत्या त्या फाईनमनना लगेचच कळायच्या. याउलट त्यांच्या जीवशास्त्राच्या इतर सहाध्यायांना त्या समजून घेण्यासाठी बराच वेळ खर्ची करावा लागायचा. पण जेव्हा फाईनमन यांच्या लक्षात आले की, आपला जीवशास्त्रीय परिभाषेचा अभ्यास हा फारच तोकडा आहे, तेव्हा मात्र ते कसून अभ्यासाला लागले आणि त्यांनी प्रयत्नपूर्वक ती परिभाषा आत्मसात करण्याचा प्रयत्न केला.

फाईनमनना जीवशास्त्र नेहमीच आवडायचे. ही मंडळी जे काही बोलायची, ज्या विषयी चर्चा करायची त्यातही त्यांना रस वाटे. एकदा त्यातील काही जणांनी पेशीचे जीवशास्त्र (सेल बायॉलॉजी) या विषयातील व्याख्याने ऐकण्यासाठी त्यांना बोलावले. खरं तर हा पदवीधारकांच्या

पातळीचा विषय होता आणि जीवशास्त्र हा काही फाईनमन यांचा विषय नव्हता, त्यामुळे कितपत समजेल याबद्दल त्यांच्या मनात शंकाच होती. इतकंच नव्हे तर या विषयाचे प्राध्यापक देखील त्यांच्या लेक्चर्सना बसायची संधी देतील की नाही हे ही त्यांना ठाऊक नव्हते; पण फाईनमन यांचे मित्र त्यांच्या मदतीला आले. त्यांनीच त्यांच्या जीवशास्त्राच्या प्राध्यापकांकडून अनुमती मिळवली. त्या प्राध्यापकाचे नाव होते न्यूटन हार्वे. प्रकाश निर्मिती करणाऱ्या जीवाणूविषयी त्यांनी बरेच काही संशोधन केले होते. त्या प्राध्यापकांनी फाईनमनना त्यांच्या तासाला बसण्याची परवानगी दिली खरी पण ती एका अटीवर, अन् ती म्हणजे फाईनमननी देखील इतर विद्यार्थ्यांप्रमाणेच जीवशास्त्रावर काम करावे, रिपोर्ट्स सादर करावेत, संशोधन कार्यातील पेपरसंबंधी माहिती द्यावी. फाईनमननी ही अट मान्य केली आणि जीवशास्त्राच्या तासांना ते बसू लागले.

पहिल्या तासाच्या सुरुवातीलाच त्यांच्या काही मित्रांनी त्यांना सूक्ष्मदर्शक यंत्रामधून (मायक्रोस्कोपमधून) कसे बघायचे, काय बघायचे याचे धडे देण्यास सुरुवात केली. त्यांनी मायक्रोस्कोपखाली एक काचपट्टी (स्लाईड) ठेवली होती, त्यामध्ये हिरव्या रंगाचे गोल ठिपके इतस्तत: फिरताना दिसत होते. ते ठिपके म्हणजे हरितद्रव्य (क्लोरोप्लास्ट) होते. क्लोरोप्लास्टमुळे प्रकाशापासून शर्करा (वनस्पतीमध्ये) बनते. फाईनमननी मायक्रोस्कोपमधून हे सारे पाहिले, आणि नेहमीप्रमाणे त्यांच्या मनात शंका उद्भवली, त्यांचे शंकासुर मन त्यांना कधीच स्वस्थ बसू देत नसे. फाईनमननी मग मित्रांना विचारले,

"हे ठिपके इतस्तत: कसे काय हिंडतात? म्हणजे त्यांना असं पुढे पुढे कोण ढकलतं?"

या प्रश्नावर सर्वत्र शांतता पसरली. कारण उत्तर कुणालाच माहिती नव्हते. मग बराच वेळ खल केल्यानंतर असा निष्कर्ष निघाला की, हे ठिपके कशामुळे किंवा कुणामुळे पुढे जातात हे कुणालाच ठाऊक नाही. आता फाईनमन यांचा खट्याळ स्वभाव उफाळून आला. त्यांनाही जीवशास्त्राबद्दल नवीनच शोध लागला! असा एखादा प्रश्न विचारायचा की, ज्याचे उत्तर कुणालाच माहिती नसायचे. असा प्रश्न विचारला की सगळेच निरुत्तर व्हायचे. आजूबाजूचे सगळेच जण गप्प बसायचे.

भौतिकशास्त्राच्या (फिजिक्सच्या) बाबतीत असं काही करता येत नाही. प्रश्न विचारण्याआधी त्याची माहिती खोलात जाऊन काढावी लागते. इतरांना ज्याचे उत्तर सहसा ठाऊक नसते असे प्रश्न शोधण्यासाठी फिजिक्सचा अभ्यास अधिक करावा लागतो. फाईनमनना हे ठाऊक होते की, प्रश्न विचारण्यासाठी थोडेफार फिजिक्स माहिती असावे लागते. हार्वे सरांचा तास सुरू झाला आणि त्यांनी फळ्यावर पेशीचे एक भले मोठे चित्र काढायला सुरुवात केली. नंतर त्यातील वेगवेगळ्या भागांना नावे देण्यास सुरुवात केली. पेशीबद्दल माहिती सांगितली. तास संपल्यावर ज्या मित्राने त्यांना या तासांना बसण्याचे आमंत्रण दिले होते त्याने विचारले,

"काय कसं काय वाटलं?"

"उत्तम! मला फक्त एकच शंका आहे (नेहमीप्रमाणे). मला एक सांग की, लेसिथिन म्हणजे काय?"

इतकं विचारायचा अवकाश की, या मित्राला जणू चेवच फुटला आणि आपल्या संथ एकसुरी आवाजात त्याने सांगायला सुरुवात केली, खरं तर लेक्चरच सुरू केले.

"हे बघ, म्हणजे असं आहे की, आपण माणसं ही सगळी पेशींनी बनलेली आहोत, म्हणजे कसं की घरं जशी विटांनी बनलेली असतात ना तसे हे सगळेच जीवही पेशींच्या विटांनी बनलेले...."

फाईनमननी त्याची संभाषणाची गाडी मध्येच थांबवली. "थांब थांब, तू हे जे सांगतो आहेस ना ते सगळेच मला मान्य आहे. आपण पेशीचे बनलेलो आहोत, हेही मला माहिती आहे, नाहीतर मी या अभ्यासक्रमाकरता प्रवेशच घेतला नसता. पण माझा प्रश्न असा आहे की, लेसिथिन म्हणजे काय?"

आता मात्र तो मित्र एकदम गप्पच बसला. पुढील काही क्षण नि:शब्द शांतता पसरली. मग हळूच तो म्हणाला,

"मला माहिती नाही."

फाईनमनना या घटनेनंतर काही दिवसांनी एक गृहपाठासदृश काम (असाईनमेंट) देण्यात आले. पेशीवर दाबाचा (प्रेशर) काय परिणाम होतो, याविषयी अभ्यास करून अहवाल (रिपोर्ट) द्यायचा होता. बहुधा ते भौतिकशास्त्राच्या पंथातील असल्यामुळे, हार्वेने त्यांना हा

असा दाब वगैरे विषय दिला असावा. त्यांना दिलेला विषय त्यांनी चांगल्या रितीने तयार केला. त्याचा अभ्यास केला आणि मग त्यावर छोटा प्रबंध (पेपर) तयार केला. वर्गात आता हा पेपर त्यांना वाचून दाखवायचा होता. तोही सगळ्या बायॉलॉजीच्याच विद्यार्थ्यांसमोर! मोठ्या उत्साहाने त्यांनी प्रबंध वाचन सुरू केले. वाचन सुरू केल्याकेल्या वर्गात जरा खसखस पिकली, तेव्हा त्याकडेही दुर्लक्ष करून त्यांनी वाचन चालूच ठेवले, हळूहळू सारेच जण खोखो हसू लागले. त्या हसण्याचे कारण होते, त्यांचे जीवशास्त्रातील शब्दांचे उच्चार! त्यांचे उच्चार म्हणजे जणू काही जीवशास्त्रीय शब्दोच्चारावर सूड होता. त्या उच्चारांमुळे सगळ्या वर्गाची छान करमणूक झाली आणि फाईनमननी तो जीवशास्त्राचा पहिला पेपर खेळीमेळीच्या वातावरणात सादर केला. काही दिवसांनी एड्रीअन आणि बॉक यांनी त्यांना दुसऱ्या पेपरकरता विषय दिला. रज्जूच्या प्रतिक्रियेत (Nerve Impulse) आलेख हा अत्यंत नेटका (Sharp) असतो तो आलेख केवळ एकाच Pulse चा असतो. याच संदर्भात त्या दोघांनी मांजरावरही प्रयोग केले होते. त्या प्रयोगात त्यांनी मांजराचा नसेवरील (नर्व्ह) विद्युतदाबही मोजला होता. फाईनमननी त्यांचा हा पेपर वाचायला घेतला खरा पण मग त्यांच्या असं लक्षात आलं की, बऱ्याच गोष्टी, त्यांची नावे, भाग हे त्यांना माहिती नाहीत. बरेचसे जीवशास्त्रीय शब्द त्यांना अपरिचित होते. त्या पेपरात (प्रबंधात) बरेच काही शब्द होते. उदाहरणार्थ, Extensors, Flexors, Gastronemis. तसेच त्यात बऱ्याचशा स्नायूंची नावेही दिली होती. मात्र या नावाचं नसांशी किंवा मांजराशी काय नातं आहे याचा अजिबात थांगपत्ता फाईनमनना लागत नव्हता! आता मात्र त्यांना त्यांची चिकित्सक वृत्ती स्वस्थ बसू देईना. केव्हातरी हे कळायला हवे म्हणून ते कॉलेजच्या लायब्ररीत गेले आणि बायॉलॉजी विभागाच्या ग्रंथपालासमोर उभे राहिले. हा ग्रंथपाल 'तो' नसून एक तरुणी होती. त्यांनी तिला विनंती केली की,

"मला एखादा मांजराचा नकाशा बघायला मिळेल का?"

फाईनमनच्या प्रश्नाने ती स्तंभित झाली!

"तुम्हाला नक्की काय म्हणायचे आहे?"

"मांजराचा नकाशा." तेवढ्याच शांतपणे फाईनमननी उत्तर दिले.

"म्हणजे तुम्हाला झूलॉजी चार्ट असं म्हणायचं आहे का?"

या घटनेनंतर झूलॉजी डिपार्टमेंटमध्ये एक अफवा पसरत गेली. अन् ती अफवा अशी होती की, जीवशास्त्राचा एक मठ्ठ विद्यार्थी मांजराचा नकाशा शोधत हिंडत होता. फाईनमन यांच्या सेमिनारचा दिवस आला. वर्गात गेल्यागेल्या त्यांनी फळ्यावर मांजराचे रेखाचित्र काढले आणि त्याच्या वेगवेगळ्या स्नायूंना नावे दिली. पण हा सगळा प्रकार त्या वर्गातील विद्यार्थ्यांना पाहवेना. त्यांनी अखेरीस फाईनमनना मध्येच थांबवले.

"हे बघ, आम्हा सगळ्यांना, तू हे जे काय काढतो आहेस ना ते पूर्वीपासून ठाऊक आहे. आम्ही ते आधीच शिकलो आहोत."

"वा! मग झालंच तर! मग प्रश्नच नाही, तुम्ही चार वर्ष घालवून जी बॉयॉलॉजी शिकलात, ती मी इतक्या चटकन आत्मसात केली आहे."

म्हणजे मांजराच्या स्नायूंची नावे पाठ करण्यासाठी त्यांनी चार वर्ष घालवली होती. फाईनमननी मात्र १५ मिनिटात तो भाग आत्मसात केला होता. फाईनमन यांचे चपखल उत्तर ऐकून सगळा वर्गच अवाक् झाला. अत्यंत कुशाग्र, तल्लख बुद्धिमत्तेची त्यांना देणगी होती. त्या बुद्धीच्या साहाय्यानेच ते अनेक विषयांच्या अभ्यासात रमले. त्या बुद्धिमत्तेवरच ते जीवशास्त्र अतिशय थोड्या काळात शिकले.

लहान मुलाला ज्याप्रमाणे अवतीभवती घडणाऱ्या सगळ्या गोष्टींमध्ये रस असतो, तसेच फाईनमनना नवीन नवीन विषय शिकण्यामध्ये आनंद वाटायचा.

∎

फिजिक्सचा प्राध्यापक, विद्यार्थी जीवशास्त्राचा

कॅलटेक युनिव्हर्सिटीतून वॅटसन आणि क्रिकने डीएनएसंबंधीचे संशोधन याच सुमारास प्रसिद्ध केले होते. कॅलटेक या विद्यापीठाची जीवशास्त्राची प्रयोगशाळा ही वाखणण्याजोगी होती. या विद्यापीठात फार चांगल्या दर्जाचे संशोधनकार्य चालत असे. तिथले शास्त्रज्ञ हे अव्वल दर्जाचे होते, त्यातील एक जण होता डेलबुक. स्वत: वॅटसनही तेथे कोडिंगबद्दल अनेकदा व्याख्याने देई. फाईनमन एकदा त्यांच्या व्याख्यानाला बायोलॉजी डिपार्टमेंटमध्ये गेले होते. तिथले काम, एकंदरीत वातावरण या सगळ्याच गोष्टी त्यांना आवडल्या. ते काम पाहून आपणही तिथे काहीतरी करावं अशी ऊर्मी त्यांच्या मनात निर्माण झाली. कारण तो काळच असा होता. त्या वेळी डीएनए, त्याची रचना, त्याचे अस्तित्व, कार्य या विषयीचे मूलभूत शोध लागत होते. जगातले सगळेच शास्त्रज्ञ त्यामुळे कॅलटेकमधील डीएनएबद्दल रस घेत होते. कॅलटेकमध्ये याविषयी फार चांगल्या दर्जाचे संशोधन चालू होते. एकूणच जीवशास्त्राच्या अभ्यासासाठी कॅलटेक ही सुयोग्य जागा होती. मुळात जीवशास्त्र हा काही फाईनमन यांचा विषय नव्हता. केवळ उन्हाळ्याच्या सुट्टीत तेथे जाऊन तिथलं काम बघावं, थोडंफार शिकावं, इतर लोक काय करतात, ते बघावं, थोड्याफार प्रयोगशाळांतील जमल्यास काचेच्या बश्या (पेट्रीडिश) धुण्यासही शिकावं, इ. अशा भव्यदिव्य हेतूने त्यांनी जीवशास्त्राच्या विभागात प्रवेश केला. बॉब इडगर नावाचा एक तरुण शास्त्रज्ञ तेथे काम करायचा. त्याला त्यांनी हा भव्य हेतू समजावून सांगितला पण तो काही त्याला विशेष पटला

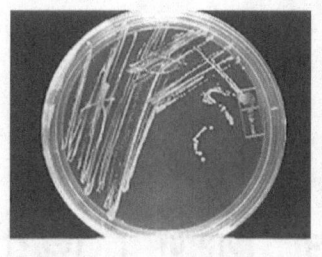

नाही. ''ही असली कामं मी काही तुम्हाला करू देणार नाही, काहीतरी संशोधन कार्यच करावं लागेल. अन् तेही एखाद्या पदवीचा अभ्यास करणाऱ्या विद्यार्थ्याप्रमाणे! मी तुम्हाला काम करण्यासाठी विषय देईन!''

'फेज' हा एक विषाणू आहे. त्यामध्ये डीएनएचा रेणू असतो आणि हा विषाणू जीवाणूंवर हल्ला करतो. फाईनमननी या विषयावर अभ्यास करावा, असे बॉब इडगरने त्यांना सुचवले. मात्र हा विषय घेऊन जेव्हा प्रत्यक्ष अभ्यास करायला फाईनमननी सुरुवात केली, तेव्हा त्यांच्या असं लक्षात आलं की, जीवशास्त्राचा अभ्यास करताना त्यांचे बरेचसे कष्ट वाचले होते. त्याचे एक महत्त्वाचे कारण असे होते की, फाईनमनना गणित आणि फिजिक्सची उत्तम समज होती. द्रवातील अणू कसे वागतात, त्यांचे कार्य कसे चालते हे माहिती होते. सेंट्रीफ्यूज यंत्र कसे काम करते हेही ठाऊक होते. संख्याशास्त्रही (statistics) येत होते. त्यामुळे statistical error ची थोडीफार माहिती होती. त्यामुळे त्या पेट्रीडिशमधील लहान ठिपके (विषाणू व जीवाणू) मोजण्यात काय व किती चुका होऊ शकतात हे त्यांना माहिती होते. याउलट बायॉलॉजीच्या विद्यार्थ्यांना फिजिक्स, Statistics या सगळ्या गोष्टी माहिती नव्हत्या. त्या त्यांना शिकाव्या लागणार होत्या. त्यामुळे काय झाले की जीवशास्त्राचे विद्यार्थी सर्व गोष्टी व तंत्र शिकत असताना, फाईनमन केवळ जीवशास्त्र शिकण्यासाठी वेळ देत होते. या संपूर्ण शैक्षणिक अभ्यासक्रमाच्या काळात ते प्रयोगशाळेतील काही अत्यंत उपयुक्त करामती शिकले. उदाहरणार्थ, एका हातात टेस्टट्यूब धरून त्याच हाताने तिचे टोपण कसे काढायचे आणि त्याच वेळी दुसरा हात इतर कामे करायला कसा मोकळा ठेवायचा. मोकळ्या हातात पिपेट धरून त्यात भरलेले साईनाईड वरपर्यंत ओढणे, एका हातात दात घासायचा ब्रश धरून दुसऱ्या हातात पेस्ट धरून, त्याच हाताने सराईतपणे तिचे झाकण काढून पुन्हा लावणे. या सर्व करामती फाईनमन बायॉलॉजीच्या प्रयोगशाळेत काम करताना शिकले.

■

समतोल : शिक्षण व लष्करी सेवेचा

मौजेची गोष्ट अशी होती की, थिऑरॉटिकल फिजिक्सच्या क्षेत्रात ज्यू लोकांचे प्रमाण बरेच जास्त होते. याविषयी फाईनमननी एका तरुण ज्यू धर्मगुरुशी चर्चा केली. त्याचबरोबर काही ज्यू विद्यार्थ्यांशीही चर्चा केली. ज्यू लोकांमध्ये विद्येचा, शिक्षणाचा आदर करण्याची परंपरा आहे. ज्ञानार्जनाचा इतिहास आहे. ज्यू धर्मगुरू (राबी) हे स्वत: शिक्षक होते. आचार्य होते. त्यांना ज्यू समाजात मान होता. धर्माचार्यांचा आदर राखण्याची या समाजात परंपरा होती. ही परंपरा ज्यू धर्मीयांमध्ये वंशपरंपरागत आली. ही परंपरा ज्यू लोक पुढच्या पिढीतही रुजवतात. त्यामुळे अमेरिकन समाजात राहूनही मुलाला एकवेळ चांगला फुटबॉल खेळता आला नाही तरी चालेल पण मुलगा जर अभ्यासात हुशार असेल तर ते ज्यूंना चालते. (किंबहुना शिक्षणालाच ज्यू लोक महत्त्व देतात.)

एके दिवशी फाईनमनना या गोष्टीचा प्रत्यय आला. एकदा एका विद्यार्थ्याने त्यांना त्यांच्या घरी जेवायला बोलावले. तो मुलगा ज्यू धर्माचे शिक्षण घेत होता आणि काही दिवसांनी तो धर्मगुरू बनणार होता. त्याच्याकडे गेल्यावर त्याने त्याच्या आईशी फाईनमन यांची ओळख करून दिली. ती नुकतीच वॉशिंग्टन डीसीहून परत आली होती. फाईनमनशी तिची ओळख करून दिल्यावर ती विलक्षण खूश झाली आणि म्हणाली,

"वा! माझा आजचा दिवस फारच छान गेला. अगदी सार्थकी लागला. आजच सकाळी एका जनरलला भेटले आणि आता एका

फिजिक्सच्या प्राध्यापकाला!'' जनरलला भेटण्याइतकेच प्राध्यापकाला भेटणे महत्त्वाचे वाटणारे लोक तसे कमीच असतील नाही! यावरून लक्षात येते की, ज्यू मंडळींना शिक्षकांविषयी आदर वाटतो, असे का म्हणायचे!

■

वीज आणि आग

ज्युईश थिऑलॉजिकल सेमिनरी ऑफ अमेरिका इथे ज्यू धर्मीयांकरता शिक्षणाची सोय केलेली असते. राबी म्हणजे धर्मगुरुंना इथे ज्यू धर्माचे शिक्षण दिले जाते. ज्यू धर्मगुरूंना 'राबी' (Rabbis) म्हणत. ज्यूंचा तलमूद (talmaud) नावाचा ग्रंथ आहे. (हिब्रू भाषेत याचा अर्थ 'सूचना' या अर्थी होतो) ज्यू धर्मीयांचे, धार्मिक आणि सामाजिक नियम व त्या विषयीची टीका (समीक्षा), टीकाटीप्पणी या ग्रंथात आहे. या ग्रंथात नुसतेच नियम किंवा कायदे नाहीत तर त्यामध्ये तत्त्वज्ञांनी वेळोवेळी सामाजिक किंवा धार्मिक पेचप्रसंगात जे निर्णय घेतले, त्या विषयीची चर्चा, त्या त्या प्रश्नांचा ऊहापोह देखील आहे. थोडक्यात सांगायचे तर ज्याप्रमाणे वेदातील संहितांचा अर्थ, समीक्षा सांगण्यासाठी ब्राह्मणे आरण्यके इ. ग्रंथ आहेत आणि त्याबरोबर प्रश्नोत्तराच्या स्वरूपात तत्त्वज्ञानाची चर्चा करणारे उपनिषदांसारखे ग्रंथ आहेत, ज्यूंचा तलमूद हा तसाच पवित्र ग्रंथ आहे. साधारणत: इ.स.३ या शतकापासून त्याच्या रचनेची सुरुवात आहे.

ज्यू धर्मीयांचे धार्मिक कायदे, परंपरा पाळणारे ज्यू लोक हे 'ऑर्थोडॉक्स ज्यू' म्हणून मानले जातात. 'ज्यूं'च्या थिऑलॉजिकल सेमिनरीमध्ये, परिसंवादाकरता जेव्हा रिचर्ड फाईनमन उतरले होते त्यावेळी त्यांची गाठ तरुण धर्मगुरुंशी पडली होती. त्यावेळी त्यांच्या या मंडळीशी चर्चाही झाल्या होत्या. एका अत्यंत कठोर तार्किक विषयाच्या, म्हणजे फिजिक्सच्या अभ्यासकाला स्वत:च्याच धर्मबांधवांशी झालेल्या चर्चेतून त्यांना काही विलक्षण अनुभव आले. विज्ञानाच्या, शास्त्राच्या या अभ्यासकाच्या शास्त्रविषयक आणि धर्मविषयक कल्पना

अत्यंत सुस्पष्ट होत्या. मध्ययुगीन धार्मिक श्रद्धांतून बाहेर पडून खरे ज्ञानार्जन विद्यार्थ्यांनी केले पाहिजे असे त्यांना मनापासून वाटे. एकदा फाईनमन ज्यू धर्मीयांच्या मठात उतरले होते. ज्यू धर्माचा अभ्यास करण्यासाठी तिथे काही तरुण मुलं (भिक्षू) येऊन राहत होती. ते अत्यंत कर्मठ भिक्षू होते. स्वत: फाईनमन यांना ज्यू धर्माचीच पार्श्वभूमी होती. त्यांचे आईवडील ज्यू धर्मीय होते. त्यामुळे ज्यू धर्माची त्यांना थोडीफार माहिती होती. संस्कार होते. साहजिकच ज्यू धर्मविषयी, ती मुलं जे काही बोलत ते त्यांना कळायचे. ही मुलं 'तलमूद' या ग्रंथाबाबतही बोलत असत. फाईनमननी स्वत: कधीही ग्रंथ पाहिला नव्हता. प्रत्यक्ष ग्रंथातील पानं बरीच मोठी होती. पानाच्या एका कोपऱ्यातील चौरसात मूळ ग्रंथांचे भाष्य होते आणि त्याच्या आजूबाजूच्या समासात त्या ग्रंथावरील समीक्षा भाष्य इतर विचारवंतांनी लिहिले होते. ग्रंथातील भाष्यावर अनेक तत्त्वज्ञांनी, धर्माचार्यांनी वेळोवेळी भाष्य केले होते. त्यावर चर्चा झाल्या होत्या. मध्ययुगात किंवा प्राचीन काळी धर्मग्रंथावर भाष्य लिहिले होते पण ही सर्व समीक्षा भाष्ये १५व्या शतकाच्या नंतर मात्र कुणी लिहिलेली नव्हती. त्या आधीची भाष्ये ग्रंथात होती. वेळोवेळी अनेक प्रश्न, समस्या, त्यांच्या चर्चा त्यात समाविष्ट होत्या. उदाहरणार्थ, शिक्षकांनी कसे शिकवावे.

तलमूदचे कधीही भाषांतर झाले नव्हते. इतक्या अमूल्य पुस्तकाचे अजून भाषांतर कसे झाले नाही याविषयी फाईनमनना जरा औत्सुक्य वाटले. एके दिवशी दोन-तीन तरुण राबी त्यांच्याकडे गेले. या तरुण मुलांच्या मनात काही शंका होत्या. त्यांचे त्यांना निराकरण करून घ्यायचे होते म्हणून ते फाईनमन यांच्याकडे आले.

"सध्याच्या आधुनिक युगात आम्हाला विज्ञानाविषयी काहीतरी माहिती ही घ्यावीच लागेल, आमच्या असं लक्षात आलं आहे की, त्याशिवाय आम्ही चांगले (राबी) धर्मगुरू होऊ शकणारच नाही आणि म्हणूनच आमच्या शंकांचे निरसन करून घेण्यासाठी आम्ही तुमच्याकडे आलो आहोत.''

आता फाईनमनना जरा कुतूहल वाटले. कारण खरं तर कोलंबिया विद्यापीठ हे तेथून जवळच होतं, तेथे कुणीही त्यांच्या शंकांचं निरसन करू शकलं असतं. त्याशिवायही तेथे अनेक संस्था होत्या. त्या शास्त्र

विषयाबद्दल माहिती देऊ शकल्या असत्या; पण त्या तरुणांना कोणते प्रश्न पडले होते याविषयी फाईनमनना औत्सुक्य होते. त्या विद्यार्थ्यांनी मग फाईनमनना विचारायला सुरुवात केली,

"आम्हाला सांगा की, वीज म्हणजे अग्नी आहे का हो?"

"नाही!" फाईनमननी उत्तर दिले. "पण तुमची नक्की शंका काय आहे? तुम्हाला नेमकं काय हवं आहे?" फाईनमननी विचारले.

"त्याचं असं आहे की, तलमूदमध्ये असं म्हटलं आहे की शनिवारी अग्नी पेटवायचा नाही. आता आम्हाला अशी शंका आहे की शनिवारी आम्ही वीज वापरायची की नाही?"

हे ऐकल्यावर मात्र फाईनमन चांगलेच हादरले. या तरुण मुलांना शास्त्रामध्ये, विज्ञानामध्ये अजिबात रस नव्हता, तर त्यांना तलमूद भाष्याचा अर्थ, संदर्भ चांगल्या रितीने लावायचा होता आणि तो अर्थ लावण्यासाठीच आवश्यक असेल तेवढेच शास्त्र त्यांच्या दृष्टीने महत्त्वाचे होते. बाह्य जगाच्या घडामोडींमध्ये, निसर्गाच्या घडामोडींमध्ये त्यांना अजिबात स्वारस्य नव्हते. त्यांना फक्त तलमूदमधील काही प्रश्नांची उत्तरे हवी होती.

त्या सुमारास एका शनिवारी फाईनमनना लिफ्टमधून जायचे होते. ते लिफ्टपाशी गेले तेव्हा लिफ्टच्या दारापाशीच एक जण उभा होता. तो ही त्यांच्याबरोबर आत गेला. आत गेल्यानंतर फाईनमननी लिफ्ट चालू करण्यासाठी बटनावर हात ठेवला आणि त्याला विचारले,

"कोणता मजला?"

"नाही नाही," तो उद्गारला.

"तुम्ही ती चालू करायची नाही."

"का?"

"लिफ्टची बटने दाबण्याचे काम माझे आहे. मी तुमच्यासाठी लिफ्ट चालू करतो. दर शनिवारी मी लिफ्ट चालवतो."

"काय?" फाईनमननी आश्चर्याने विचारले.

"हो, इथली मुलं शनिवारी लिफ्टची बटनं दाबत नाहीत. मग त्यांच्यासाठी मी हे काम करतो. मी काही ज्यू नाही. त्यामुळे मी लिफ्ट चालवली तर चालते. मी येथेच उभा राहतो आणि ज्या मुलांना ज्या मजल्यावर जायचे असेल त्यांना घेऊन जातो."

फाईनमनना हा सगळा प्रकार ऐकून चिंता वाटू लागली. कारण ते स्वत: हाडाचे शास्त्रज्ञ होते. मग त्यांनी ठरवले की, वैचारिक चिंतनाचा एक डोस या तरुणांना द्यायचा पण त्यांचा हा बेत सपशेल फसला. कारण ही मुलं वादविवादात अत्यंत चतुर होती. जो जो मुद्दा फाईनमन मांडायचे तो तो मुद्दा ही मुलं खोडून काढायची, वादविवादाची कला त्यांना चांगलीच अवगत होती. त्यांच्यामते प्रत्येक उत्तर त्यांच्या धर्मग्रंथात होते. त्यांच्या उपदेशाचा मुलांवर काहीही परिणाम झाला नाही. वीज म्हणजे अग्नी नाही. हे समजावून सांगण्याचा त्यांनी बराच प्रयत्न केला पण तो पूर्णपणे फोल ठरला. ती मुलं मात्र त्यांच्या मताशी ठाम चिकटून राहिली. फाईनमनना एक गोष्ट प्रकर्षाने जाणवली आणि ती म्हणजे या मुलांना विज्ञान, शास्त्रीय कल्पना या केवळ 'तलमूद'चा अर्थ चांगल्या रितीने लावण्यासाठी शिकायच्या होत्या. त्यांच्या मध्ययुगातील प्रश्नांची उत्तरे ती मुलं आधुनिक युगातील विज्ञान शिकून शोधण्याचा प्रयत्न करत होती. त्यांनी त्या मुलांचे मन बदलण्याचा बराच प्रयत्न केला.

"वीज म्हणजे अग्नी. ही एक रासायनिक प्रक्रिया आहे. वीज म्हणजे अशी प्रक्रिया नाही." फाईनमननी समजावले.

"अच्छा?"

"अर्थातच, अग्निमधील प्रत्येक अणुमध्ये वीज असते." फाईनमन सांगत होते.

"वा!" मुलं ऐकत होती.

"इतकंच नाही तर जगात घडणाऱ्या प्रत्येक घटनेत वीज, अणू समाविष्ट असतात." वीज वापरताना जी ठिणगी पडते ती पडू नये म्हणून काय करावे, हे देखील फाईनमननी त्यांना सांगितले. "तुम्ही असं करून बघा, तुम्हाला जर ठिणगी पडू नये असं वाटत असेल तर तुम्ही स्वीचच्या सर्किटमध्ये एक कपॅसिटर लावा म्हणजे मग तुम्हाला ठिणगी न पडता वीज वापरता येईल."

पण ही कल्पना त्या मुलांना अजिबात रुचली नाही. फाईनमननी त्यांना वादविवादातून, शास्त्रीय कल्पना सांगण्याचा खूप प्रयत्न केला पण ते सपशेल अयशस्वी ठरले. कुठल्याही शास्त्रज्ञाला हा प्रकार उद्वेगजनक वाटला असता. फाईनमनही हा प्रकार पाहून निराश झाले.

ही तरुण मुलं, नवीन जगात प्रवेश करण्याचा प्रयत्न करत होती, त्यांच्यात तलमूदचा अर्थ नव्याने लावण्याचं चैतन्य निर्माण झालं होतं! या आधुनिक जगात ही मुलं राबी म्हणून प्रवेश करणार होती आणि विजेसारख्या आधुनिक जगातील घटनेमुळे, त्यांच्या मध्ययुगीन प्राचीन श्रद्धांमध्ये, समजांमध्ये, कल्पनांमध्ये, प्रश्नांमध्ये संदेह निर्माण झाला होता आणि तो दूर करण्यासाठी केवळ त्यांना विज्ञानाचे, शास्त्राचे आधार आणि माहिती हवी होती. शास्त्राच्या अभ्यासासाठी ही घटना फाईनमन यांच्या दृष्टीने अत्यंत नैराश्यजनक होती. ∎

शब्दांचे पतंग

गणित आणि शास्त्राची परिभाषा ही इतर भाषांपेक्षा निराळीच असते. गणितात किंवा शास्त्रात, सहजगत्या जाता जाता केलेली विधाने नसतात किंवा उगीचच वाटलं, कुणीतरी म्हणालं, कुणीतरी सांगितलं म्हणून तसं मानलं, असला प्रकार चालत नाही. वेडावाकुडा गाईन परी... ही भावना शास्त्रामध्ये चालत नाही. ही मंडळी व्याख्या, गृहीतक, सिद्धान्त, प्रमेय, साध्य या गोष्टींशिवाय बोलत नाहीत. परंपरेने चालत आलेल्या श्रद्धा, छापील साहित्य या दोन्ही गोष्टींना ती जुमानत नाहीत. 'बाप दाखव नाही तर श्राद्ध कर' असा या मंडळींचा खाक्या असतो. आता अशा लोकांचे म्हणजे शास्त्रज्ञांचे, शब्दजंजाळांचे, परिसंवाद भरवणाऱ्यांशी कसे जमणार? खास करून नुसत्याच चर्चा, परिसंवाद करणाऱ्या लोकांमध्ये अशी स्पष्टवक्ती माणसं बेचैनच होतात. फाईनमनही अशाच एका तात्त्विक चर्चा करणाऱ्या मंडळींच्या परिसंवादाकरिता गेले होते. तत्त्वज्ञानादी विषय शिकवणारी मंडळी ही एकंदरीतच गोष्टीवेल्हाळ असतात, असा विज्ञान शाखेच्या लोकांचा समज असतो. म्हणजे कसं की, शास्त्रज्ञ मंडळींना नेहमी मोजक्या शब्दांमध्ये, आपले म्हणणे मांडायचे असते पण शास्त्र शाखेव्यतिरिक्त अन्य विषयांच्या लोकांना शब्दांचे बंधन हे मान्यच नसते. त्यामुळे होते काय की जो मुद्दा स्पष्ट करून सांगायचा आहे तो दूरच राहतो आणि चर्चेचा, गप्पांचा ओघ हा बऱ्याच वेळा भलतीकडेच वाहत जातो पण शास्त्रज्ञांचे तसे नसते. त्यांच्या मनातल्या कल्पना, विचार हे स्पष्ट असतात. पाणी म्हणजे हायड्रोजन व ऑक्सिजनने बनले आहे किंवा प्रकाश किरण सरळ रेषेत जातात, या बाबी गोष्टीवेल्हाळपणे सांगायच्या

म्हटल्या तरी किती रंगवून सांगणार? बरं अशा सूर्यप्रकाशासारख्या स्वच्छ सिद्धान्ताबद्दल घोळ घालून चर्चा तरी किती करणार?

प्रिन्स्टनच्या महाविद्यालयात असतानाची ही गोष्ट आहे. त्यावेळी प्रत्येक विषयाचे प्राध्यापकही आपापल्या मित्रकंपूमध्ये जेवायला बसत असे. फाईनमनही सहसा त्यांच्या भौतिकशास्त्र विभागातील सहकाऱ्यांबरोबर बसून दुपारचे जेवण घ्यायचे. पण एकदा सहज त्यांच्या मनात विचार आला की, नेहमीच आपण आपल्या विषयाच्या सहकाऱ्यांच्या सान्निध्यात बसतो. इतर विषयांमध्ये काम करणाऱ्या लोकांची आपल्याला काहीच माहिती नाही. तेव्हा कधीतरी त्यांच्याबरोबरही बसून त्यांच्यामध्ये मिसळून जेवायला काय हरकत आहे? निदान बाकीचे लोक काय करतात, काय गप्पा मारतात हे तरी कळेल आणि म्हणूनच त्यांनी ठरवले की निदान पुढचे दोन एक आठवडे तरी इतर सहकाऱ्यांबरोबर बसून दुपारचे जेवण घ्यायचे. त्याप्रमाणे ते एकदा तत्त्ववेत्त्या (फिलॉसॉफर) मित्रांच्या घोळक्यात घुसून गप्पा मारू लागले. खरं म्हणजे गप्पांपेक्षा चर्चा करू लागले, असं म्हणणं अधिक योग्य होईल. कारण तत्त्वज्ञानाचे हे प्राध्यापक, ही तत्त्वज्ञानी मंडळी नेहमी चर्चा करत असतात. त्यावेळी ही मंडळी व्हाईटहेड या लेखकाने लिहिलेल्या 'प्रोसेस ॲन्ड रिॲलिटी' या पुस्तकावर गंभीरपणे चर्चा करत होती. ती चर्चा फाईनमन त्यांच्यात बसून ऐकू लागले. हे पुस्तक त्यांनी मुळातच वाचलेले नव्हते. त्यामुळे त्यात काय लिहिले आहे याचा फाईनमनना गंधही नव्हता. ही तत्त्वज्ञानाची अभ्यासक मंडळी काही निराळ्याच विश्वात वावरत असतात. त्याच्या त्या चर्चेतून त्यांना काय सांगायचे आहे, त्यातला एक शब्दही फाईनमनना कळत नव्हता. त्यांना त्यांचे बोलणेही गंमतशीर वाटत होते पण उगाच त्यांच्या गप्पांच्या ओघात अडथळा आणायचा नव्हता, म्हणून ते चकार शब्दही न बोलता त्यांच्या गप्पांमध्ये मूकपणे सहभागी झाले. फारच असह्य झाले, जेव्हा काहीच कळेना तेव्हा ही मंडळी कशाबद्दल बोलत आहेत हे मधूनच फाईनमन विचारायचे. मग ही मंडळी त्यांच्या परीने फाईनमनना समजावून देण्याचा प्रामाणिक प्रयत्न करत! तो बऱ्याचदा अयशस्वी व्हायचा. म्हणजे असं की, बराचसा भाग हा फाईनमन यांच्या डोक्यावरूनच जायचा. सरतेशेवटी या अडाणी माणसामध्ये काहीतरी फरक पडावा असं त्यांना प्रामाणिकपणे

वाटलं असावं कारण काही दिवसांनी त्यांनी फाईनमनना त्यांच्या सेमिनारला येण्याचं आमंत्रण दिलं. हा सेमिनार म्हणजे एखाद्या शिकवणीचा वर्ग होता म्हणा ना!

आठवड्यातून एकदा ही तत्त्वज्ञानाची अभ्यासक मंडळी तेथे जमायची आणि दरवेळी 'प्रोसेस अॅन्ड रिअॅलिटी' या पुस्तकाच्या नवीन प्रकरणावर चर्चा करायची. म्हणजे व्हायचे असे की, त्यांच्यातलाच एक जण त्या पुस्तकातील एका प्रकरणाचा अभ्यास करून, एखादा रिपोर्ट किंवा गोषवारा बनवायचा आणि मग ही सारी जण त्यावर हिरिरीने चर्चा करायची. फाईनमननीही त्या सेमिनारला जायचे ठरवले पण तत्पूर्वी त्यांनी स्वत:शीच एक दृढनिश्चय केला की, या संपूर्ण सेमिनारमध्ये आपले तोंड बंद ठेवायचे, अगदी संपूर्ण सेमिनार होईपर्यंत. पण तो तत्त्वज्ञानाची चर्चा करणाऱ्या लोकांचा सेमिनार होता आणि एकूणच तिथे चालू झालेली चर्चा फाईनमनना अगम्य वाटत होती. एका विद्यार्थ्याने तिथे एक रिपोर्ट सादर केला. हा सगळा सेमिनारच व्हाईटहेड लेखकाच्या 'प्रोसेस अॅन्ड रिअॅलिटी' पुस्तकावर आधारित होता आणि आधीच ठरल्याप्रमाणे त्या विद्यार्थ्याने त्याच पुस्तकातील एका प्रकरणाचा अभ्यास करून त्यावर रिपोर्ट बनवला होता. ज्या प्रकरणावर हा रिपोर्ट बनवला होता त्या प्रकरणात लेखकाने 'इसेन्शिअल ऑब्जेक्ट' याविषयी चर्चा केली होती म्हणजे विचार मांडले होते. आता त्याने 'इसेन्शिअल ऑब्जेक्ट' हा शब्दप्रयोग कुठल्या अर्थी केला होता, कशाला 'इसेन्शिअल ऑब्जेक्ट' म्हणून त्याला संबोधायचे होते याविषयी फाईनमनना अजिबात पत्ता नव्हता. कारण मुळात त्यांनी ते पुस्तक वाचलेच नव्हते. या विद्यार्थ्याच्या अहवालावरूनही त्यांना लेखकाला 'इसेन्शिअल ऑब्जेक्ट' म्हणजे काय अभिप्रेत आहे हे काही केल्या कळेना. खरं म्हणजे लेखकाला काय म्हणायचे आहे यावर कुणाचेच एकमत नव्हते. त्यामुळे सेमिनारमध्ये वादविवादाला उधाण आले होते. त्या शब्दप्रयोगाच्या अर्थाचा कीस काढणारी चर्चा पुढील काही सेमिनारमध्ये झाली. त्या अगम्य चर्चेनंतर या परिसंवादाची सूत्रे ज्या प्राध्यापकांच्या हातात होती त्यांनी त्या शब्दप्रयोगाचा अर्थ समजावून सांगण्याची जबाबदारी स्वत:कडे घेतली. ते उठले, फळ्यापाशी गेले आणि त्यांनी फळ्यावर एक चित्र काढले. वीज इमारतींवर पडू नये म्हणून जो खिळा (Lighting

Airestor) इमारतींवर उभारतात त्या खिळ्याप्रमाणे काहीसे ते चित्र होते. चित्र काढून झाल्यावर, ते फाईनमनकडे वळले आणि म्हणाले,

"मि. फाईनमन आता मला सांगा की, वीज यातून खाली जाते म्हणजे इलेक्ट्रॉन खाली जातात. आता हे इलेक्ट्रॉन म्हणजे इसेन्शिअल ऑब्जेक्ट आहे का नाही?"

आता आली का पंचाईत? खरं म्हणजे इतका वेळ ते एक चकार शब्दही बोलत नव्हते; पण प्राध्यापकांच्या प्रश्नामुळे उत्तर देण्याचे संकट फाईनमन यांच्यावर आले. ते उठले आणि त्यांनी लगेच मान्य करून टाकले की, ते पुस्तक त्यांनी वाचलेले नाही. त्यामुळे व्हाईटहेडला या शब्दप्रयोगाचा काय अर्थ अभिप्रेत आहे हे त्यांना ठाऊक नाही. इतकंच नाही तर त्यांची भूमिका ही श्रोत्याची आहे, हेही सांगून टाकले.

"पण तरीसुद्धा मी प्रोफेसरांच्या प्रश्नाचे उत्तर देण्याचा प्रयत्न करतो. प्रोफेसरांनी विचारले आहे की इलेक्ट्रॉन इसेन्शिअल ऑब्जेक्ट आहे का? त्याकरता मला एक सांगा की, वीट हे इसेनशिअल ऑब्जेक्ट' आहे का? उदाहरणार्थ, वैचारिक लिखाण हे त्यांच्या 'इसेन्शिअल ऑब्जेक्टमध्ये' बसते का?"

आता असा प्रश्न विचारण्यामागे फाईनमन यांचा हेतू अत्यंत सरळ व प्रामाणिक होता. त्या मंडळींना त्या शब्दप्रयोगाचा नेमका कोणता अर्थ अभिप्रेत आहे हे जाणून घ्यायचे होते. कारण इलेक्ट्रॉन ही भौतिकशास्त्रामध्ये वापरात असलेली एक विचारधारा आहे, कल्पना आहे. भौतिकशास्त्राच्या अभ्यासासाठी सोईसाठी ती अत्यंत उपयुक्त आहे. निसर्ग कसा वागतो, कसे काम करतो हे समजण्यासाठी या कल्पनेचा इतका उपयोग होतो की, ही विचारधारा खरी आहे असेच आपण मानतो. प्रत्यक्षात इलेक्ट्रॉन हे कधी कणरूपाने असतात, तर कधी प्रवाही तरंगांसारखे वाटतात.

फाईनमन हे स्वत: फिजिक्सचे प्राध्यापक होते, त्यामुळे अर्थातच इलेक्ट्रॉनसारख्या विषयावर तत्त्वज्ञानाच्या प्रोफेसरांनी त्यांना विचारले म्हणजे अस्सल गवयाला, 'तुला सात सूर माहिती आहेत का?' हे विचारण्यासारखे होते. स्वत: पट्टीचे शास्त्रज्ञ असल्यामुळे कुठल्याही गोष्टीची व्याख्या नेमकी काय आहे हे समजल्याशिवाय पुढे जायचे

नाही हा शास्त्रज्ञ मंडळींचा स्वभावच बनलेला असतो. त्यामुळे त्या चर्चेत इलेक्ट्रॉनबद्दल माहिती देण्यापूर्वी आणि 'इसेन्शिअल ऑब्जेक्ट' मध्ये त्याची गणना किंवा समावेश करण्यापूर्वी 'इसेन्शिअल ऑब्जेक्ट'ची व्याख्या माहिती असायलाच हवी हा फाईनमन यांचा शास्त्रीय दृष्टिकोन होता. त्यासाठी त्यांनी पुन्हा एकदा हाच प्रश्न परत विचारला. वीट हे 'इसेन्शिअल ऑब्जेक्ट' म्हणजेच आवश्यक गोष्ट आहे का? पण या प्रश्नांचा परिणाम काही वेगळाच झाला. या प्रश्नाने त्या ठिकाणी चर्चेचे एक प्रचंड वादळ उठले आणि त्या परिसंवादातच तेथे एक उपपरिसंवाद घडला, तो खालीलप्रमाणे-

एक सद्गृहस्थ उठले आणि म्हणाले,

"वीट हे सर्वनाम नाही तर ते विशेषनाम आहे. म्हणजे ही एक... विशिष्ट वीट, असं लेखकाला म्हणजे व्हाईटहेडला अभिप्रेत आहे."

दुसरे विचारवंत या मताशी सहमत नव्हते, ते एकदम उसळून म्हणाले,

"नाही नाही... असं नाही, इसेन्शिअल ऑब्जेक्ट म्हणजे एक विशिष्ट वीट किंवा विशेष वीट, असा अर्थ नाही घ्यायचा तर सर्व विटांमध्ये हा विटेचा जो एक 'वीटपणा' आहे, गुणधर्म आहे त्याला इसेन्शिअल ऑब्जेक्ट असे म्हणायचे."

पलीकडच्या कोपऱ्यात अजून एक महाशय बसले होते. आता त्यांनीही अस्तन्या सरसावल्या आणि मग ते विचारवंत बोलू लागले. फाईनमनना विटेकडे इतक्या वेगवेगळ्या दृष्टिकोनातून बघता येते हे तोपर्यंत ठाऊक नव्हते. ते त्यांना पहिल्यांदाच कळले. वीट या शब्दावरून थोड्या वेळातच त्या ठिकाणी प्रचंड हलकल्लोळ सुरू झाला आणि वैज्ञानिक भाषेत, 'केऑस' म्हणतात तशा प्रचंड गोंधळाने तो परिसंवाद संपला. त्या तमाम विद्वानांचे 'विटेसारख्या' क्षुल्लक गोष्टीबद्दल एकमत झाले नव्हते. 'वीट' हे इसेन्शिअल ऑब्जेक्ट आहे का नाही या विषयी एकमेकात त्यांनी संवादही साधला नव्हता. इलेक्ट्रॉन इ. गोष्टी तर सोडूनच द्या!

■

सांस्कृतिक किनार

ही शास्त्रज्ञ मंडळी फारच रुक्ष असतात असं वाटल्यामुळे की काय कोण जाणे पण फाईनमन यांच्या कॉलेजमधील प्राध्यापिकेला एकदा अशी तीव्र जाणीव झाली की, या सगळ्या शास्त्राच्या, विज्ञानाच्या रुक्ष मंडळींमध्ये जरा कला, संस्कृती, साहित्यिक आस्वाद, इ. गुणांची पेरणी करावी. या प्रबल ऊर्मीतून त्या बाईंनी एका भौतिकशास्त्राच्या परिसंवादाच्या वेळी अशाच प्रकारचा काहीतरी सांस्कृतिक, प्राचीन इतिहासाचा कार्यक्रम आयोजण्याचे ठरवले. मग या बाईंनी काय केले की, फिजिक्सच्या परिसंवादाच्या वेळी या परिसंवादाला काहीतरी सांस्कृतिक किनार देण्यासाठी म्हणून मग संस्कृतीबद्दल व्याख्यान आयोजित करायचे ठरवले. या विषयावर बऱ्यापैकी बोलणारा कोण गृहस्थ मिळेल याचा शोध त्यांनी घेण्यास सुरुवात केली तेव्हा त्यांच्या असं लक्षात आलं की, आपल्या विद्यापीठात कुणीच अशी व्यक्ती नाही. मग नाइलाजाने त्यांनी ब्राऊन विद्यापीठातील प्रा. ऑटोनिउगेबाउर यांच्याकडे विचारणा केली. हे गृहस्थ बॅबिलॉन संस्कृतीच्या गणिताचे तज्ज्ञ होते. या प्राध्यापकांनी मग या बाईंना एक नाव सुचवले.

"माझ्या माहितीत एक जण आहेत. अगदी त्यातील निष्णात आहेत असे नाही पण त्यांना मय संस्कृतीच्या लिपीची बऱ्यापैकी माहिती आहे. हा गृहस्थ बऱ्यापैकी हौशी आहे. या विषयात त्याला इंटरेस्टही आहे. त्यांचं नाव आहे रिचर्ड फाईनमन!" हे ऐकून त्या बाई केवळ बेशुद्धच पडायच्या राहिल्या होत्या. म्हणजे त्यांना भौतिकशास्त्रज्ञांच्या परिसंवादावर संस्कृतीचा शिडकावा करायचा होता आणि त्यासाठी मिळालेला कलाकार हा स्वतःच भौतिकशास्त्राचा

प्राध्यापक होता. मय संस्कृतीच्या लिपीवर फाईनमन यांनी बरेच काम केले होते. त्यातील खुणा, दंड, उभ्या रेघा, टिंब इ. आकारांचे त्यांनी अर्थ लावले. या खुणा म्हणजे आकडे आहेत, नुसतेच निरर्थक आकडे नसून ग्रहांच्या परिभ्रमण कक्षा, ग्रहांच्या कला यांच्याशी निगडित असलेली ही निरीक्षणे आहेत, हेही त्यांनी दाखवून दिले. उदाहरणार्थ, त्या मय चित्रलिपीत ५८४ ही संख्या होती. पृथ्वीवरून निरीक्षण करताना असे लक्षात येते की, शुक्राला सूर्याभोवती फिरण्यासाठी ५८३.९२ दिवस लागतात. फाईनमन यांनी असेही दाखवून दिले की, मय लोकांना हा परिभ्रमण काळ हा पूर्ण ५८४ दिवसांचा नाही, हे ज्ञात होते. काही संख्यांतून मय लोकांनी शुक्राच्या कलांचे निरीक्षणही मांडले होते. काही ठिकाणी ११,९५९ दिवसांचा कालावधी दर्शवला होता. फाईनमन यांनी हे दर्शवून दिले की, या संख्यांचे आणि चंद्रग्रहणाचं नातं आहे. फाईनमन यांनी केवळ हौसेखातर केलेल्या अभ्यासातून मय संस्कृतीची बरीच माहिती जगापुढे आणली.

∎

बहुभाषिक प्राध्यापक

फाईनमन यांचा मुक्काम काही दिवस ब्राझील इथे होता. ब्राझीलमधील वास्तव्यात तिथली भाषा शिकण्याचा अटीतटीचा प्रयत्न फाईनमन करायचे. त्या खटाटोपात असताना त्यांनी ठरवले की, आपण आपली व्याख्याने पोर्तुगीज भाषेतून द्यायची. त्यानंतर काही काळाने ते कॅलटेकमध्ये परतले. प्रा. बाखर यांनी त्यावेळी तिथे एक पार्टी दिली होती आणि त्या पार्टीकरता त्यांना बोलावले. त्या पार्टीमध्ये येण्यापूर्वीच प्रा. बाखर यांनी सगळ्यांना सांगून ठेवले होते की, ब्राझीलमध्ये असताना फाईनमन थोडेफार पोर्तुगीज शिकले होते आणि त्या मोडक्यातोडक्या तुटपुंज्या ज्ञानावर ते पोर्तुगीज येत असल्याची शेखी मिरवतात. तेव्हा जरा आपण त्यांची खोड मोडू. त्या पार्टीमध्येच स्मिथ नावाच्या एक बाई होत्या. त्या कॉकेशिअन होत्या पण लहानपणी चीनमध्ये वाढल्या होत्या. त्यांचं बालपण चीनमध्येच गेलं होतं. बाखर यांनी त्या बाईंना आधीच सांगून ठेवलं होतं की, फाईनमन आले की त्यांचं स्वागत चीनी भाषेत करायचं. बाखर यांचा कयास असा होता की, फाईनमनना थोडंफार पोर्तुगीज येतं, पण चीनी भाषा मात्र अजिबात येत नसणार, त्यामुळे फाईनमनचा चेहरा निश्चितच उतरणार. पार्टीच्या ठिकाणी आत गेल्या गेल्या प्रा. बाखरनी तेथील लोकांशी ओळख करून द्यायला सुरुवात केली. बाखरनी ओळख करून दिली त्याबरोबर बाई कमरेतून वाकल्या आणि पुढे झुकून म्हणाल्या,

"ऐ चुंग नॉग जिया!"

ते बघून फाईनमन चक्रावलेच पण त्याही वेळी त्यांना एकच गोष्ट सुचली की, ज्या उत्साहाने बाईंनी स्वागत केले आहे, त्याच उत्साहाने त्यांना

अभिवादन केले पाहिजे. मग तेही पुढच्याच क्षणी त्यांच्यासमोर तसेच झुकले. अगदी नम्रपणे वाकले आणि अत्यंत आत्मविश्वासाच्या सुरात म्हणाले, "ऐ चिंग जोंग जिएन!"

ते ऐकून बाई जवळजवळ किंचाळल्याच. आतापर्यंत त्या सगळ्या नाटकाकरिता मोठ्या प्रयत्नपूर्वक वठवलेली भूमिका त्या क्षणात विसरल्या आणि म्हणाल्या,

"मला वाटलंच की हे असं घडणार म्हणून. मी मॅडोरीनमध्ये बोलले आणि हे कॅनटॉनिन मध्ये बोलतात की! मॅडोरीन आणि कॅनटोनिन हे दोन्ही चीनचे प्रांत आहेत आणि दोन्ही चिनी भाषाच आहेत."

फाईनमन यांचा हजरजबाबीपणा या प्रसंगातून पार्टीमधल्या लोकांना जाणवला.

सह्यांची रांग

सरकार दरबारी लाल फितीचा तिटकारा, हा फाईनमन यांच्या स्वभाववैशिष्ट्याचा एक भाग होता. तेरा वेळा सह्या या प्रसंगातून त्यांनी आपल्या व्यक्तिमत्त्वाचा पैलू दर्शवला आहे.

एकदा फाईनमनना एका सरकारी संस्थेने तेथे व्याख्यान देण्यासाठी आमंत्रण दिले. खरं म्हणजे अशा सरकारी संस्थांमध्ये भाषण देण्यासाठी ते जरा नाखूशच असायचे. कारण तेथे भाषण ऐकणाऱ्या आणि ज्ञानसंपादन करू इच्छिणाऱ्या मुलांपेक्षा तेथील सरकारी कामकाज, लाल फितीचा सहभाग यांचाच अधिक तिटकारा त्यांना होता. एकूणच कागदी घोडे नाचवणे त्यांना मुळातच आवडायचे नाही. त्यामुळे ज्या गृहस्थांनी बोलावले होते त्यांना फाईनमननी स्पष्ट सांगून टाकले की, 'मी व्याख्यानासाठी जरूर येईन पण तिथे उगीचच या रजिस्टरमध्ये सही करा, इथे आपले मत लिहा, हा फॉर्म भरा, येथे सही करा, हा करार बघा, सही करा, हे गोपनीयतेचे कागद त्यांच्यावर सही करा, एकंदरीतच काय तर फक्त सह्या आणि सह्या करा. या सगळ्या गोष्टींचा मला प्रचंड तिटकारा आहे. त्यामुळे मी फक्त एका अटीवर तेथे येईन अन् ती म्हणजे, मी तेथे गेल्यापासून फक्त बारा वेळा सही करेन. तेराव्या वेळी सही करणार नाही. कारण पैशाच्या मोबदल्यात

मला रस नाही. ही अट मान्य असेल तरच व्याख्यान देण्यासाठी येणार. अगदी तेरावी सही ही भाषणाच्या मोबदल्याच्या चेकच्या पावतीवर असेल तरी देखील ती करणार नाही हे मान्य असेल तर येतो.' त्यावेळी त्या गृहस्थांना ही थट्टा वाटली.

फाईनमनना मात्र तेथे गेल्यावर केव्हा आणि कशा सह्या कराव्या लागल्या असतील?

मी सरकारशी एकनिष्ठ आहे असे लिहिलेल्या पत्रावर प्रथम त्यांना सही करण्यास सांगितले. तसे करणे किती जरुरीचे आहे अन् तसे नाही केले तर सरकारी संस्थेत भाषण देताच येणार नाही, असेही त्यांना सांगण्यात आले. बरं तेथे एकदा सही करून भागले नाही तर त्या पत्राच्या दोन प्रती होत्या, म्हणजे तेथे त्यांनी दोनदा सह्या केल्या. त्यानंतर त्या संस्थेचे एक पत्र होते ते शहरात प्रसिद्धीसाठी काढले जाणार होते, त्यावर सही करण्यास सांगण्यात आले. मग हळूहळू अशा कागदपत्रांची व त्याच बरोबरीने सह्यांची संख्याही वाढू लागली.

मग त्यानंतर त्यांनी आणखीन एका कागदावर सही केली. कशासाठी? तर खरंच ते प्राध्यापक म्हणूनच नोकरीला आहेत आणि त्या संस्थेतल्या, कुणाचा तरी मित्र किंवा बायको नाही. इतकंच नाही तर ते नुसतेच येऊन, लेक्चर न देता तर निघून जात नाही ना?... अशा रितीने हळूहळू सह्यांची संख्या वाढू लागली.

आता ज्या गृहस्थांनी व्याख्यानाचे आमंत्रण दिले होते, त्यांचा चेहरा खरोखरीच पडला होता. आतापर्यंत फाईनमननी केलेल्या सह्यांची संख्या ही बरोबर १२ झाली होती आणि अजून त्यांना त्यांच्या व्याख्यानाच्या मोबदल्याचा चेक घ्यायचा होता. व्याख्यानासाठी सभागृहात जाण्यापूर्वीच १२ सह्या करून फाईनमन सभागृहात गेले आणि त्यांनी व्याख्यान दिले. काही दिवसांनी ते गृहस्थ मोबदल्याचा चेक घेऊन आले. ते आले तेव्हा ते अक्षरशः घामाघूम झाले होते. बिचाऱ्यांवर बरेच दडपण आले असावे, कारण जोपर्यंत फाईनमन सही करणार नव्हते तोपर्यंत ते चेक देऊच शकणार नव्हते. अन् तेरावी सही तर फाईनमन करणार नव्हते.

त्यांनी तसे सांगितले.

"मी जर या फॉर्मवर सही केली, तर ती तेरावी सही असेल आणि तेरा वेळा मी सही करणार नाही, असं मी तुम्हाला आधीच सांगितलं

आहे. त्यापेक्षा तुम्ही असं का नाही करत? तुम्ही व्याख्यान ऐकलं आहे, म्हणजे मी ते व्याख्यान दिलं आहे, तेव्हा तुम्हीच सही करा अन् तो चेक मला द्या.''

आता ते गृहस्थ जरा वैतागलेच.

''अहो हा शुद्ध वेडेपणा आहे हो!''

''हे बघा, आपल्या दोघात असंच ठरलं होतं. मी तेरा वेळा सही करणार नाही आणि मी माझा निश्चय काही मोडू शकत नाही.'' फाईनमननी त्यांना सांगितले.

आता मात्र ते गृहस्थ काकुळतीला येऊन म्हणाले,

''अहो, मी खूप प्रयत्न केला हो; पण तुम्ही सही केल्याशिवाय तुम्हाला मोबदल्याची रक्कम मिळूच शकणार नाही.''

''ठीक आहे, मी फक्त १२ वेळा सही केली आहे आणि मी तेथे व्याख्यानही दिलं आहे, मला पैशाची गरज नाही.'' फाईनमन उत्तरले.

त्या गृहस्थांना काय करावे हेच समजेना. ते फारच हताश झाले. म्हणाले, ''मी सगळ्यांना विचारून पाहिलं. पण तुम्हाला सही केल्याशिवाय पैसे मिळणारच नाहीत.''

''ठीक आहे, तुम्ही काळजी करू नका. आपण आपापसातच ठरवलं आहे.'' फाईनमननी त्यांना आश्वासन दिलं.

पुन्हा दुसऱ्या दिवशी त्या गृहस्थांचा फोन आला.

''अहो, तुम्ही सही केल्याशिवाय तुम्हाला ते पैसे देऊ शकत नाही आणि तुमच्या नावे, त्यांनी ते पैसे बाजूला काढून ठेवले आहेत. त्यामुळे त्यांना तुम्हाला ते पैसे देणे भागच आहे.''

''ठीक आहे, मग त्यांना ते पैसे मला देऊ देत.''

''पण तुम्हाला त्याकरिता फॉर्मवर सही करावीच लागेल.''

''मी फॉर्मवर तेराव्यांदा सही करणार नाही.'' फाईनमननी बजावले.

आता मात्र ही मंडळी चांगलीच अडचणीत आली होती. त्यांच्या नावाने जमा केलेले पैसे ती मंडळी इतर कुठल्याही खात्यात जमा करू शकत नव्हती. कारण असं कुठलंही खातं नव्हतं की जिथे पैसे सही न करता ठेवून देता येतील. कालांतराने ही समस्या सुटली. फाईनमननीच काही दिवसांनी तेरावी सही केली आणि पैसे घेतले.

■

जपानमधील वास्तव्य

क्वांटम डायनॅमिक्स या शाखेव्यतिरिक्त, द्रवरूप हेलिअमवरील कामासाठीही फाईनमन प्रसिद्ध होते. द्रवरूप हेलिअमवर त्यांचे बरेच काम होते. द्रवरूप हेलिअम, त्याच्या अतिवाहकतेचा (Super Conductionty) गुणधर्म, त्याला क्वांटम मेकॅनिक्सचे नियम लागू होतील की नाही, याविषयी त्यांचे संशोधनकार्य चालू असतानाच त्यांना त्याच सुमारास जपानमधून याच विषयावरील एका परिसंवादात भाग घेण्यासाठी निमंत्रण मिळाले. या विषयावर बोलण्यासाठी तेथे अनेक शास्त्रज्ञ येणार होते. फाईनमनही त्याच विषयावर बोलण्यासाठी जाणार होते. जपानमध्ये गेल्यानंतर तेथे परिसंवादाच्या आदल्या दिवशी या सर्व शास्त्रज्ञ मंडळींकरिता एक भोजन समारंभ आयोजित केला होता. प्रा. फाईनमन यांच्याबरोबर त्यावेळी एक अत्यंत नामवंत शास्त्रज्ञ बसले होते. त्यांचे नाव होते प्रा. ऑनसॅगर सॉलिड स्टेट. फिजिक्स व द्रवरूप हेलिअम यावरील त्यांचा गाढा अभ्यास होता.

काही ज्ञानी मंडळी ही जरा अबोलच असतात. हे लोक फारसे कधीच बोलत नाहीत. क्वचितच अगदी मोजकेच बोलतात पण जेव्हा बोलतात तेव्हा ते फार महत्त्वाचं, नेमकं आणि मार्मिक बोलतात. प्रा. ऑनसॅगर हे त्यापैकीच होते. भोजनाच्या वेळी त्यांनीच बोलायला सुरुवात केली.

"फाईनमन, तुम्हाला म्हणे लिक्विड हेलिअम चांगल्या रितीने समजायला लागला आहे असं माझ्या कानावर आलं आहे!"

"अं? हो...."

"हं!" त्यांच्या त्या 'हं' म्हणण्यातला उपरोध फाईनमन यांच्या

चांगलाच लक्षात राहिला. संपूर्ण भोजन समारंभ संपेपर्यंत प्रा. ऑनसॅगर हे फाईनमन यांच्याशी एक चकार शब्दही बोलले नाहीत. ही सुरुवात काही फारशी उत्साहवर्धक नव्हती. फाईनमन जरा खट्टूच झाले. फाईनमननी दुसऱ्या दिवशीच्या त्यांच्या भाषणातून द्रवरूप हेलिअमबद्दल त्यांना जी काही माहिती होती ती सर्व देऊन टाकली आणि ही सर्व माहिती दिल्यानंतर त्यांनी प्रांजलपणे सांगून टाकले की, या विषयातील काही गोष्टी अजूनही मला पुरत्या समजलेल्या नाहीत. उदाहरणार्थ, द्रवरूप हेलिअम हा एका अवस्थेतून दुसऱ्या अवस्थेत जात असताना जे स्थित्यंतर होते किंवा बदल होतो त्याचे नेमके स्वरूप काय असते? इतर पदार्थांच्या स्थित्यंतराप्रमाणेच हेलिअमचे स्थित्यंतर होते का? किंवा काही चुंबकीय पदार्थांमध्ये त्यांच्या अवस्था बदलत असताना, त्यांचे तापमानही बदलते तसेच हेलिअमचेही होते का?

"मला काही ही गोष्ट नीटशी समजलेली नाही." फाईनमननी सांगून टाकले. माणूस मुळातच प्रामाणिक. त्याचवेळी प्रा. ऑनसॅगर उठले आणि म्हणाले,

"मला वाटतं, फाईनमन हे या क्षेत्रात नवखे दिसतात. त्यांना आता थोडंफार आपणच शिकवलं पाहिजे. काही गोष्टी आता त्यांना कळायलाच हव्यात आणि त्या आपणच सांगितल्या पाहिजेत."

फाईनमन खरोखरीच मनापासून हादरले. त्यांना खरोखरीच असं वाटलं की, आपली काहीतरी भयंकर चूक झाली आहे. कारण ऑनसॅगरसारखे प्राध्यापक असे उगीच बोलायला उभे राहणार नाहीत.

ऑनसॅगर श्रोत्यांकडे बघून म्हणाले, "मला वाटतं, फाईनमनना हे कुणीतरी सांगायलाच हवं की आजपर्यंत कुणालाही कुठलंही अवस्थांतर नीटपणे समजलेले नाही पण याचा अर्थ असा नाही की, द्रवरूप हेलिअमसंबंधी बाकीची माहिती त्यांना नीटपणे समजलेली नाही."

खरं म्हणजे प्रा. ऑनसॅगरनी फाईनमन यांचं कौतुक केलं होतं, पण तेही त्यांच्या खास तिरकस उपरोधिक बोलण्यातून! प्रा. ऑनसॅगरनी फाईनमन यांच्या लेक्चरची अशी दखल घेतली होती. इतक्या अबोल, हुशार शास्त्रज्ञाला देखील फाईनमन यांच्या हेलिअमवरील कामाचे कौतुक केल्याशिवाय राहवले नाही.

प्रसिद्धी व शास्त्रज्ञ

त्याच परिसंवादाच्या वेळी फाईनमन यांच्या खोलीतला टेलिफोन वाजला. पलीकडून टाइम्स मासिकाचा वार्ताहर बोलत होता, "आम्हाला तुमच्या कामाची एक प्रत पाठवाल का? तुमच्या कामाबद्दल आम्हाला उत्सुकता आहे." फाईनमननी यापूर्वी कधीही टाइम्सच्या अंकात कुठलेच लिखाण पाठवून प्रसिद्ध केले नव्हते. टाइम्स मासिक हे अमेरिकेतील एक अत्यंत प्रतिष्ठित मासिक मानले जाई. त्यामध्ये आलेल्या लेखांची जगातील इंग्रजी वाचणारे, सारेच प्रतिष्ठित वाचक दखल घेत. साहजिकच टाइम्सच्या वार्ताहराने आपणहून विचारल्यामुळे फाईनमन भलतेच खूश झाले.

त्यापूर्वी म्हणजे आदल्या दिवशीच ऑन्सेगरसारख्या प्रसिद्ध शास्त्रज्ञाने त्यांच्या कामाची दखल घेऊन कौतुकही केले होते. तेव्हा टाइम्समध्ये त्याविषयी माहिती छापून येण्यास काहीच हरकत नव्हती. फाईनमननी त्या वार्ताहराला लगेच आपला होकार कळवला.

"ठीक आहे, मग आमच्या टोकियोच्या ऑफिसात ही प्रत पाठवून द्या." असं म्हणून त्या वार्ताहराने फाईनमनना त्यांच्या ऑफिसचा पत्ताही दिला. फाईनमननी तो पत्ता त्यांना परत खात्री करून घेण्यासाठी वाचून दाखवला.

"बरोबर आहे, धन्यवाद मि. पैस."

"पैस?" अहो मी पैस नाही काही. तुम्हाला पैस हवे आहेत का? मग ते आल्यावर मी त्यांना सांगतो हं! फाईनमन त्या वार्ताहराला म्हणाले. म्हणजे इतका वेळ हा सद्गृहस्थ फाईनमनना पैस समजून त्यांच्याशी बोलत होता. काही वेळाने पैस आले, तेव्हा फाईनमननी त्यांना टाइम्सच्या वार्ताहराचा निरोप सांगितला.

"अहो, ही प्रसिद्धी म्हणजे ना...." पैससारख्या शास्त्रज्ञांची, प्रसिद्धीविषयीची प्रतिक्रिया बघून फाईनमनना धक्काच बसला. त्यांना वाटले की, टाइम्ससारख्या प्रसिद्ध मासिकात नाव छापून येणे म्हणजे त्यांच्या दृष्टीने आनंदाची गोष्ट होती. प्रसिद्धीचा तोटा त्यांना त्यावेळेपर्यंत तरी कळला नव्हता. सिनेतारका किंवा क्रिकेटवीरांसारखे शास्त्रज्ञ हे कधीच प्रसिद्धीच्या झोतात नसतात. ग्लॅमरचे वलय हे त्यांच्याभोवती

नसते पण विद्वानांविषयी, शास्त्रज्ञांविषयी समाजात आदर असतो. शास्त्रज्ञ मंडळी ही तर प्रसिद्धीपासून दूरच असतात. अगदीच नोबेल पारितोषिक मिळाले, तर लोक जरा तेवढ्यापुरतं बोलतात, सत्कार करतात आणि मग विसरून जातात. सहसा या मंडळींची काय मतं आहेत, ती कशी बोलतात, कशी वागतात याविषयी कुणालाच स्वारस्य नसते. आपल्या देशात या गोष्टीला सणसणीत अपवाद आहे अन् तो म्हणजे डॉ. अब्दुल कलामांचा! त्यांचे व्यक्तिमत्त्व अत्यंत लोकप्रिय आहे. जनमानसात विशेषत: तरुण विद्यार्थी वर्गात ते लोकप्रिय आहेत. त्यांच्याबद्दल कुतूहल आहे. चाळीस ते सत्तर या तीन दशकांत असेच दोन अपवाद होते.

शास्त्रीय जगात ज्याच्याभोवती प्रसिद्धीचे वलय सतत राहिले, असे दोनच पहिल्या प्रतीचे शास्त्रज्ञ होऊन गेले. पहिल्याचे नाव होते, अल्बर्ट आईन्स्टाईन आणि दुसरे होते रिचर्ड फाईनमन! दोघेही भौतिकशास्त्रज्ञ होते. दोघांनी भौतिकशास्त्राला एक वेगळीच दिशा दिली. दोघांनाही नोबेल पारितोषिक मिळाले होते. त्यातल्या एकाने म्हणजे आईन्स्टाईनने अणुबॉम्ब बनू शकतो, हे सांगितले होते तर दुसऱ्याने प्रत्यक्ष अणुबॉम्ब बनवण्याच्या प्रकल्पावर काम केले होते. योगायोगाची गोष्ट म्हणजे दोघेही जन्माने ज्यू धर्मीय होते पण त्यांचा धार्मिक श्रद्धांवर विश्वास नव्हता. आईन्स्टाईन यांचा देव हा सदैव, वैश्विक रचना करणारा निर्मितीकार होता. तर फाईनमन हे प्रखर वास्तववादी, कुठलीही अंधश्रद्धा न मानणारे; वेळप्रसंगी सडेतोड बोलणारे शास्त्रज्ञ होते पण दोघांनाही भौतिकशास्त्राचे विलक्षण प्रेम होते. दोघेही विज्ञान व गणित यात आकंठ बुडून गेले होते. या जगाचे म्हणजे केवळ पृथ्वीचेच नाही तर विश्वाचे सौंदर्य हे गणिताच्या, विज्ञानाच्या भाषेत आळवता येते, त्याचा प्रत्यय घेता येतो, हे दोघांनाही माहिती होते. आईन्स्टाईन यांचे व्यक्तिमत्त्व ऋषितुल्य होते. बऱ्यापैकी अंतर्मुख होते. अणुबॉम्ब बनवता येऊ शकतो हे त्यांनी शास्त्रीयदृष्ट्या मांडले होते; पण दुसऱ्या महायुद्धानंतर पुन्हा कधीही अणुबॉम्बचा प्रयोग युद्धांमधून केला जाऊ नये यासाठी त्यांनी हिरिरीने मत मांडले तर अणुबॉम्ब प्रकल्पाचे काम पूर्ण झाल्यानंतर, आपण हे काय भयंकर काम केले याची रुखरुख त्या वेळी अत्यंत तरुण

असलेल्या फाईनमनना झाली होती.

जपानमधील वास्तव्य - जपानी भाषा

प्रा. व्हीलरनी एकदा फाईनमनना कळवले की, जपानमध्ये थिऑरॉटिकल फिजिक्सवर सेमिनार भरणार आहे. त्या सेमिनारला जाण्यात फाईनमन यांना रस आहे का? फाईनमनना अर्थातच जपान बघण्याची उत्सुकता होती. दुसरे महायुद्ध नुकतेच संपले होते. प्रा. युकावा, टोमोनागा आणि निशिना यांना नोबेल पारितोषिक मिळाले होते. जपानकडे अमेरिकन मदतीचा ओघही फार प्रचंड प्रमाणात वळला होता. प्रा. व्हीलरनी जपानी परिभाषेतील एक पुस्तकही पाठवून दिले. त्यात अनेक जपानी पारिभाषिक शब्द होते. हेतू हा होता की, या मंडळींनी जपानला जाण्यापूर्वी थोडेफार तरी जपानी शिकावे, निदान तोंडओळख तरी करून घ्यावी. फाईनमन हे तेव्हा ब्राझीलमध्ये होते. त्यांनी आपल्या जपानी भाषेच्या शिकवणीचा वर्ग चालू केला. तेथल्या एका जपानी महिलेकडून त्यांनी जपानी भाषा शिकण्यास सुरुवात केली. जपानविषयी भरपूर वाचनही सुरू केले. एकूणच जपान प्रवासाची एखाद्या परीक्षेसारखी तयारी केली. केवळ जपानी भाषेचीच नव्हे तर काड्यांनी कागद उचलण्याची प्रॅक्टिसही सुरू केली. जपानी लोक काटे चमचे न वापरता काड्यांनी जेवतात तसे जेवता यावे म्हणून हाही खटाटोप सुरू केला.

टोकियोमध्ये प्रवेश केल्यानंतर या सर्व मंडळींना एका प्रचंड अद्ययावत हॉटेलमध्ये नेण्यात आलं. गंमत म्हणजे त्या हॉटेलमध्ये आल्यावर जपानमध्ये आल्याचा मागमूसही लागत नव्हता. जणू काही युरोप किंवा अमेरिकेतील एखाद्या पाश्चात्त्य धाटणीच्या हॉटेलमध्ये आल्यासारखे वाटत होते. तिथल्या सेवकवर्गाचे पोशाख, तिथल्या अंतर्गत सजावटीपासून ते तिथल्या मंडळींच्या टीपेकरता घुटमळण्याच्या सवयीपर्यंत, सर्व काही पाश्चात्त्य पद्धतीचे होते. इतकंच नाही, तर मेनूकार्ड देखील इंग्रजीत होते पण फाईनमन तर जपानी भाषेची कसून तयारी करून आलेले होते. म्हणजे परीक्षेची जय्यत तयारी करून यायचे आणि पुस्तके उघडी ठेवून परीक्षा द्या असे सांगितले, तर

विद्यार्थ्यांची काय अवस्था होईल, तसेच थोडेसे फाईनमन यांचे झाले. कष्टसायासाने शिकलेली जपानी भाषा बोलून दाखवण्याचा मोह काही केल्या त्यांना आवरेना. तेव्हा जेवणाच्या शेवटी ते न राहवून जपानीत एक वाक्य बोलले. ते ऐकून तिथली वेट्रेसही जपानी पद्धतीने कमरेत वाकली आणि तिथून निघून गेली.

फाईनमनचे मित्र मार्शॅल तिथेच होते.

"तू काय म्हणालास?"

"मी जपानीतून बोललो."

"ओह फाईनमन, तुला न ही सवयच आहे, थापा मारायची! सारख्याच थट्टा करत असतोस."

"मी अजिबात थट्टा करत नाही." फाईनमननी तेवढ्याच गंभीर आवाजात सांगितले.

"ठीक आहे, ठीक आहे, मग सांग बरं तू तिच्याशी काय बोललास ते?"

"मी तिला कॉफी आणायला सांगितली आहे."

पण मार्शॅलचा फाईनमनवर अजिबात विश्वास बसला नाही.

"ठीक आहे, तू पैज लाव.... जर तिने कॉफी आणली..." हे वाक्य पूर्ण व्हायच्या आत त्या वेट्रेसने तिथे कॉफी आणली आणि अर्थातच फाईनमन यांचा मित्र पैज हरला.

फाईनमनना ते ज्या हॉटेलमध्ये उतरले किंबहुना त्यांना ज्या हॉटेलमध्ये उतरवले ते हॉटेल काही मनापासून आवडले नव्हते. त्यांना जपानी भाषा, संस्कृती बघायची होती. जपानी भाषा शिकण्याचा त्यांचा प्रयत्नही बऱ्यापैकी प्रामाणिक होता आणि असे असताना त्यांना चक्क पाश्चात्य पद्धतीच्या हॉटेलमध्ये उतरवले होते. त्यामुळे त्यांनी तेथे पोहोचल्यावर जिवाचा आटापिटा करून स्वतःची जपानी हॉटेलमध्ये रवानगी करून घेतली. जेव्हा त्यांची सोय जपानी हॉटेलमध्ये झाली तेव्हा ते बेहद्द खूश झाले. तिथे उतरल्या उतरल्या त्यांची अवस्था, याचसाठी केला होता अट्टाहास अशी झाली. ते हॉटेल फारच सुरेख होते. त्यांची खोलीही विलक्षण नेटकी होती. बूट काढून ठेवण्याची सोय होती. जपानी मंडळी हॉटेलात सगळा पोशाख देतात, त्याचा प्रत्ययही फाईनमन यांना आला. ते खोलीत गेल्या गेल्या

जपानी पोशाख परिधान केलेली तरुणी पुढे आली, तिने त्यांचे जपानी पद्धतीने अत्यंत अदबीने स्वागत केले. तिची ती आदब, तिचा जपानी 'ओबी' (पोशाख), तिच्या पायातल्या जपानी खडावांचा चट चट आवाज, हे पाहून फाईनमनना आता आपण खरोखरच जपानमध्ये आल्यासारखे वाटले. खोलीत शिरल्या शिरल्या ती कमरेत वाकून जपानी पद्धतीचे अभिवादन करत होती. फाईनमनना कळेना की, त्यांनीही प्रति अभिवादन तसेच करायचे की काय? कारण ती सुंदर तरुणी चक्क वाकून जमिनीला नाक घासून अभिवादन करत होती. त्यामुळे त्यांना जरा ओशाळल्यागतच झाले. फाईनमन यांची खोली फारच सुंदर होती. खोलीचा दरवाजा एका सुरेख बागेत उघडत होता.

फाईनमनना निळसर पांढऱ्या रंगाचा 'युकाता' दिला गेला. हा किमोनोप्रमाणेच कडक इस्त्री केलेला जपानी झगा होता. पण हा 'किमोनो' सारखा रंगीबेरंगी नव्हता. हा वेष जपानी हॉटेलातून फुकट दिला जातो. हा घालूनच हॉटेलमध्ये हिंडायचे, एकंदरीतच तिथल्या व्यवस्थेमुळे, स्वच्छतेमुळे, आदरातिथ्यामुळे फाईनमन जाम खूश झाले. काही वेळाने ती जपानी तरुणी पुन्हा तेथे आली आणि तिने चक्क जपानीतच त्यांच्याशी बोलायला सुरुवात केली. ती जपानी भाषेत अंघोळीविषयी काहीतरी बोलली, एवढा अंदाज फाईनमनना आला. जपानमधल्या अंघोळीबद्दल सगळ्यांनाच उत्सुकता असते, हे फाईनमन यांना ठाऊक होते. त्यांनी परीक्षेला बसणाऱ्या विद्यार्थ्यांच्या तयारीसारखी तयारी जपानला येण्यापूर्वी केली होती. त्यामुळे हे अंघोळ प्रकरण त्यांना ठाऊक होते. बाथरूममध्ये एका टबात बाहेरून गरम करून आणलेले पाणी सोडले होते. साबण लावून टबात शिरण्यासही मनाई होती. जपानी बाईनी अंघोळीचा उल्लेख करताच फाईनमन बाथरूममध्ये गेले खरे पण पलीकडून त्यांना आवाज आला. आवाज ओळखीचा वाटला. आवाजाच्या मालकाने दार किलकिले केले आणि दरडावणीच्या स्वरात तो फाईनमनना म्हणाला,

"हे असं, एकदम बाथरूममध्ये घुसणं म्हणजे रीतभातीच्या अगदी विरुद्ध आहे बरं का, तेही दुसरं कुणी अंघोळ करत असताना," तो आवाज होता फिजिक्सच्या प्रा. युकावांचा. प्रा.युकावा हेही नोबेल पारितोषिक विजेते होते. त्यांनी फाईनमनना चांगलीच समज दिली.

तिथल्या वास्तव्यात फाईनमननी शक्य तेवढे जपानी बनण्याचा प्रयत्न केला. त्यांना स्वतःला मासे आवडत नसत पण जपानमधील मासे त्यांना आवडले. तिथल्या हॉटेलमधले काही जपानी पदार्थही त्यांनी खाल्ले. एके दिवशी त्यांनी एक विचित्र दिसणारा जपानी पदार्थ खाल्ला आणि त्याचे नाव त्यांनी विचारले. त्या जपानी पदार्थाचे जपानी भाषेतले नाव होते 'क्यूरी'. हा शब्द फाईनमननी जणू काही जीवन मरणाचा प्रश्न असल्यागत पाठ करून ठेवला होता. दुसऱ्या दिवशी त्यांनी परिसंवादाला आलेल्या एका जपानी प्राध्यापकाला अर्थ विचारला. 'क्यूरी म्हणजे अक्रोड!' प्राध्यापकाने अर्थ सांगितला.

फाईनमन जाम खूश झाले.

जपानमधील वास्तव्य - जपानी भाषेचा हिसका

फाईनमन दुसऱ्या महायुद्धानंतर जपानला भेट देण्यासाठी गेले होते. युद्धानंतर जपान त्या वेळी धक्क्यातून नुकताच सावरत होता. त्याच सुमारास भौतिकशास्त्रातील नोबेल पारितोषिके दोन जपानी शास्त्रज्ञांना मिळाली होती. दुसऱ्या महायुद्धानंतर जपानला अमेरिकन शास्त्रज्ञांनी भेट दिली. अनेक परिसंवादांना शास्त्रज्ञ जात; पण ज्या राष्ट्रावर अमेरिकेनेच अणुबॉम्ब टाकले होते त्याच राष्ट्राला अणुबॉम्ब तयार करण्याच्या प्रकल्पावर काम करणाऱ्या शास्त्रज्ञाने भेट देणे, हे जरा धोक्याचेच काम होते. त्यामुळे जपानमध्ये त्यांच्याबद्दल एक कडवटपणा असला तर ते स्वाभाविक होते. तरीही फाईनमन जपानला गेले. ते एक निष्णात भौतिकशास्त्रज्ञ होते. त्यामुळे लोक त्यांच्याशी भौतिकशास्त्रावरच चर्चा करण्यासाठी यायचे. बऱ्याचदा अनेक तरुण मुलं, शास्त्रज्ञही त्यांच्या कामाबद्दल माहिती देण्यासाठी फाईनमनना भेटण्यासाठी यायचे. ही मंडळी अगदी रंगात येऊन त्यांना काही माहिती देऊ लागायची आणि फाईनमन त्यांना अशा वेळी मध्येच थांबवायचे आणि विचारायचे,

"या संदर्भात तुम्ही मला एखादं उदाहरण किंवा एखादा दाखला देऊ शकाल?"

"हो सांगू की," ती मुलंही उत्साहाने म्हणायची.

"गुड!'' मग तुम्ही असं या सिद्धान्ताला चपखल बसेल, असं एखादं उदाहरण देऊन मला समजावून द्या.'' असं सांगण्याचं खरं कारण वेगळंच होतं. फाईनमननी स्वत:च अशी कबुली दिली होती की, 'मला कुठलाही प्रमेय उदाहरण देऊन सांगितला तरच माझ्या डोक्यात शिरत असे' त्यामुळे काय व्हायचे की अनेक जणांचा या सद्गृहस्थांबद्दल उगाचच हा मंदबुद्धीचा आहे की काय असा समज व्हायचा. मला कुठलीही गोष्ट समजायला वेळ लागतो असं ते नेहमीच स्वत:बद्दल म्हणायचे, मग लोकांना शंका येऊ लागायची की, या माणसाला आपण समजावून देतो आहोत खरे, पण त्यांना समजत आहे की नाही कोण जाणे! त्यांच्या चेहऱ्यावर मग एक निराळाच भाव तरळून जायचा. हा एवढा भौतिकशास्त्राचा तज्ज्ञ, नोबेल पारितोषिक विजेता, वगैरे वगैरे आहे खरा पण हा काहीही मूर्खासारखे प्रश्न विचारतो. फाईनमन म्हणायचे की, मी खरोखरीच फालतू प्रश्न विचारायचो. इतके फालतू की ज्यांची उत्तरं ही शालेय विद्यार्थ्याला देखील चटकन सांगता येतील. वानगीदाखल आता हा प्रश्न बघा, कॅथॉड हा ऋण असतो का धन? किंवा ॲनायन हा कोणत्या दिशेने जातो किंवा कोणत्या दिशेकडे जातो? धन भाराकडे का....? अशा बऱ्याचशा बाळबोध शंकांमुळे ही मंडळी जरा संशयानेच फाईनमनकडे बघू लागायची; पण तरीही फाईनमन त्यांचे बाळबोध शंकापुराण सोडायचे नाहीत आणि या चर्चेचा ओघ पुन्हा चालू राहायचा. समोरील व्यक्ती त्यांना समजावून सांगण्यासाठी चर्चा करायची. सांगणाऱ्याला एव्हाना खात्री पटलेली असायची की, फाईनमनना सगळंच समजावून सांगायची गरज आहे, म्हणून तो रंगात येऊन सांगायला लागे. त्याचं सगळं बोलणं एखाद्या लहान मुलासारखं ऐकून मग फाईनमन म्हणायचे,

"मला वाटतं यात काहीतरी चूक आहे. हे समीकरण जराऽऽऽ... मला वाटतं ती बरोबर नाहीत!''

फाईनमन निरागसतेने सांगत. मग तो सांगणारा गृहस्थ चमकायचा, थबकायचा आणि त्या समीकरणांच्या जंजाळाकडे पुन्हा एकवार नजर टाकायचा आणि आश्चर्याची गोष्ट म्हणजे त्याला त्यात खरोखरच चूक आढळून यायची. मग त्याच्या चेहऱ्यावर विलक्षण आश्चर्याचे भाव उमटायचे. आतापर्यंत वेड्यासारखे प्रश्न विचारणारा हाच का तो

प्राणी! असे काहीसे भाव त्याच्या चेहऱ्यावर यायचे. 'या वेडपटाला आतापर्यंत आपण सांगितल्यातले काहीही समजत नव्हते आणि हा आता चक्क या क्लिष्ट समीकरणातल्या चुका दाखवतो?' भौतिकशास्त्राची किंवा एकंदरीत गणिताची परिभाषाच वेगळी आहे. फाईनमनशी चर्चा करायला येणारी लोकं, ही त्याच परिभाषेत त्यांच्याशी बोलत. त्यांची साहजिकच अशी समजूत होत असे की, आपले बोलणे फाईनमन नीट लक्षपूर्वक ऐकत आहेत पण प्रत्यक्षात तसं नसायचं. समोरचा माणूस काय सांगायचा प्रयत्न करत आहे, हे त्यांना अनुभवामुळे चटकन उमजे. भौतिकशास्त्राच्या सखोल व्यासंगामुळे आणि उपजत बुद्धिमत्तेमुळे चटकन समजे. त्यामुळे फिजिक्सविषयी कुणाचेही बोलणे ऐकताना, ते समोरील माणसाचे विचार किंवा सिद्धान्त, एखाद्या भौतिक उदाहरणाबरोबर ताडून पाहायचे आणि मग जर चूक लक्षात आली की, फाईनमन सांगणाऱ्याचा वाक्‌प्रवाह थांबवत, भाषणाचा ओघ थोपवत आणि शंका विचारू लागत. त्यामुळे काय झाले की जपानमध्ये त्यांची प्रसिद्धी वेगळ्याच अर्थाने झाली. फाईनमन हे नेहमीच भौतिकशास्त्रातील शंका विचारण्यासाठी प्रसिद्ध पावले. त्यांच्या भेटीप्रीत्यर्थ तेथील शास्त्रज्ञांनी एक लेख प्रसिद्ध केला त्याचे शीर्षक होते, 'फाईनमन्स बंबार्डमेंट्स ॲन्ड अवर रिॲक्शन्स'. या शीर्षकातही एक मेख होती, अणुच्या केंद्रावर बंबार्डमेंट केली म्हणजेच मारा केला की किरणोत्सर्गाची रिॲक्शन सुरू होते. दुसऱ्या महायुद्धानंतर अशा प्रकारचा लेख प्रसिद्ध करणे अन् तेही अणुबॉम्ब बनवणाऱ्या शास्त्रज्ञांच्या नामावलीतील शास्त्रज्ञावर! हे एक धैर्याचेच लक्षण होते. जपानमध्ये असताना फाईनमन हे तेथील विद्यापीठांना भेट देत. काही महिन्यांसाठी क्योटो येथील युकावा इन्स्टिट्यूटला भेट देण्यासाठी गेले होते. तिथली एकूणच व्यवस्था त्यांना फार आवडली होती. खोलीत बूट काढून प्रवेश करावा लागे. आत गेल्यावर आपले काम करत बसावे. चहा कुणीतरी आणून देई. एकंदरीतच जपानी लोक हे आतिथ्यशील म्हणून प्रसिद्धच आहेत. पाहुण्यांचा यथासांग पाहुणचार हा त्यांच्या अंगातच भिनलेला असतो.

तिथेच फाईनमनने जपानी भाषा पक्की करण्याचा कट्टर निर्धार केला. भाषेचा सराव व्हावा म्हणून त्यांनी जपानीतून बोलण्यास सुरुवातही केली. त्यासाठी त्यांनी जपानी शिक्षकांची शिकवणीच लावली होती.

व्यवहारात जपानी बोलणे यावे इतपत हेतू त्यात होता. काही अंशी तो सफलही झाला होता. फाईनमन यांना जपानी शिकवणारे शिक्षक हे रोज येत असत व त्यांचा हा जपानी भाषेचा क्लास तासभर चालू असे. एकदा ते फाईनमनना see म्हणजे बघणे, या अर्थाचा जपानी शब्द शिकवत होते. शिकवता शिकवता हे जपानी गुरू फाईनमनना सांगू लागले,

"आता बघा, समजा तुम्हाला असं म्हणायचं आहे की, 'मी आपली बाग बघू शकतो का?' तर तुम्ही काय म्हणाल?"

"त्यात काय, सोप्पं आहे," त्यांनी लगेच बघणे या अर्थाचा जपानी शब्द वापरून एक वाक्य बनवले.

"नाही नाही, असं नाही." ते शिक्षक म्हणाले.

"जेव्हा तुम्ही कुणाला विचारत असता की माझी बाग आपल्याला बघायची आहे का? तेव्हा तुम्ही जपानी भाषेतील बघणे हा शब्द वापरायचा पण जेव्हा तुम्हाला दुसऱ्या कुणाची बाग बघायची असेऽऽल, तेव्हा तुम्ही हा बघणे (जपानी भाषेतील) या अर्थी वापरायचा नाही, तर या बघण्यासाठी तुम्ही हा वेगळा 'बघणे' हा शब्द वापरायचा. या वेगळ्या शब्दामुळे तुमच्या शब्दातून तुम्हाला अधिक नम्रता दर्शवता येते. म्हणजे कसं की, आपल्याला माझ्या बागेवर नजर टाकायची आहे का? असं तुम्ही खरं तर पहिल्यावेळेला म्हणत असता पण जेव्हा तुम्हाला दुसऱ्याची बाग बघायची असेल, तेव्हा असं विचारलं पाहिजे की, मी आपली ही सुंदर, भव्य बाग बघू शकतो का? म्हणजे काय आहे की तुम्हालाऽऽऽ इथे दोऽऽन, वेगवेगळ्या शब्दांचा उपयोग करायचा आहे."

जपानी लोकही फारच नम्र, त्यांचे ते कमरेत झुकून स्वागत करणे, पाहुण्यांचा पाहुणचार करणे, ते लाघवी वागणे, एकंदरीतच फटकळ तोंडाच्या लोकांना कसे मानवणार? जपानी लोकांचे जसे वागणे, तशीच त्यांची भाषा. किंबहुना तशी लाघवी भाषा म्हणूनच आर्जवी वागणे.

आपण नाही का मराठीत म्हणत, 'तुम्ही या, बसा' पण आदराने बोलायचे झाले तर कसे बोलतो? 'आपण यावे, बसावे,' पण क्वचितच. कारण आपण मराठी लोक जरा राकटच. मराठीत निदान आदरार्थी

शब्द तरी आहेत, पण इंग्रजीत? 'तू' करता ही 'यू'च 'तुम्ही' करता ही 'यू' आणि 'आपण' या अर्थी ही 'यू' च. मग इंग्रजी भाषिकांना जपानी भाषा आणि तिच्यातील आदरार्थी क्रियापदे चटकन कळणे कठीणच होते. मग त्या शिक्षकांनी फाईनमनना आणखी एक उदाहरण दिले.

"म्हणजे बघा की समजा तुम्ही देवळात गेलात आणि तुम्हाला तिथली बाग बघायची आहे तर तुम्ही कसं विचाराल?"

"त्यात काय मी विचारेन की आपली ही सुंदर, भव्य बाग मी बघू शकतो का?" फाईनमनना वाटले की झाले आपल्याला अचूक जपानी शब्द वापरून विचारता आले.

"नाही नाही नाही...अहो देवळातील बागा या फारच सुंदर असतात, अप्रतिम असतात, रमणीय असतात तेव्हा तुम्हाला कसं विचारावं लागेल?"

"कसं?" फाईनमन.

"हे बघा, आता या वेळी तुम्ही असं विचारायचं की मी माझे नेत्र या विलक्षण रमणीय बागेवरून फिरवू शकतो का?"

"म्हणजे एकाच प्रश्नासाठी, कल्पनेसाठी इतके वेगवेगळे शब्द वापरून वाक्यं बनवायची? बाप रे! कारण काय तर जेव्हा त्यात मी माझी बाग बघत असेल तेव्हा त्यात तुच्छता, कारुण्य पण जेव्हा दुसऱ्याने केलेली गोष्ट बघायची असेल तेव्हा मात्र ती सुंदर! रमणीय!! प्रेक्षणीय!!!"

फाईनमन खरं तर, शास्त्रीय परिभाषा समजण्यासाठी जपानी शिकत होते. त्यामुळे शास्त्रज्ञ एकमेकांशी कसे वागतात, हा असा प्रकार शास्त्रज्ञ मंडळींतही चालतो का हे बघण्यासाठी त्यांनी दुसऱ्या दिवशी ऑफिसमधील लोकांना विचारले,

"मी 'डायरॅकचं समीकरण' सोडवलं, असं जपानीत कसं म्हणायचं?" फाईनमनच्या मित्राने फाईनमनना जपानीतून तसं म्हणून दाखवलं, मग फाईनमननी पुन्हा विचारलं,

"ठीक आहे, पण आता मला असं विचारायचं आहे की, 'डायरॅकच समीकरण' सोडवाल का? तर मी कसं विचारायचं? हे बघा, इथे 'सोडवणे' यासाठी वेगळा शब्द तुम्हाला वापरावा लागेल का? जेव्हा मी समीकरण सोडवलं तेव्हा मी ते सोडवलं, पण तुम्ही तेच समीकरण

सोडवताना जे केलं त्यासाठी मात्र वेगळा शब्द?'' फाईनमननी विचारले.

''हो, मान्य आहे पण इथं मात्र हा जपानी वेगळा शब्द वापरायचा कारण दुसऱ्याने तेच समीकरण 'सोडवताना' जो शब्द वापरायचा त्यात अधिक विनय दाखवला पाहिजे.''

म्हणजे काय तर समीकरण मी सोडवताना ते 'सोडवायचं' तर दुसऱ्या कुणी सोडवताना त्याचा मोठेपणा अधिक मानायचा म्हणून, अधिक आदरार्थी शब्द वापरायचा म्हणजे डायरॅकचं समीकरण सोडवण्याची क्रिया दोघंही तशीच करणार पण आदर मात्र दुसऱ्याला अधिक द्यायचा? फाईनमननी जपानी भाषेचा नाद सोडला. ही भाषा आपल्यासारख्या सडेतोड लोकांनी शिकण्याजोगी नाही, ही खूणगाठ त्यांनी बांधली.

पेटंट

आज जागतिक व्यापार उदारीकरणाच्या युगात पेटंटचे महत्त्व सगळ्या जगालाच पटले आहे. बौद्धिक संपत्ती हक्कासाठी आज आपला देशही प्रयत्न करत आहे. किंबहुना याविषयी नेतृत्वही भारताने मिळवलेले आहे. डॉ. रघुनाथ माशेलकरांसारख्या प्रज्ञावंत शास्त्रज्ञाने 'पेटंट सुसूत्रीकरण' या विषयात भारताची बाजू मांडून त्याला आंतरराष्ट्रीय मान्यता मिळवून दिली आहे. पण हा लढा २१व्या शतकात आपल्या देशात सुरू झाला. अमेरिकेत कुठल्याही नवीन शास्त्रीय शोधाचे पेटंट घेण्याची प्रथा फार जुनी आहे. युरोपात तर ती 'प्रबोधन काळानंतर' लगेचच सुरू झाली. स्वत: आईन्स्टाईन हे पेटंट ऑफिसमध्येच कामाला होते. अमेरिकेत पेटंट घेणे ही प्रथा इतकी सर्रास झाली आहे की तिथली प्रसारमाध्यमेही कधी कधी या प्रथेची खिल्ली उडवतात. पेटंट करण्याच्या या प्रथेचा अनुभव फाईनमनना त्यांच्या तरुणपणीच आला होता. पेटंट घेण्याची प्रथा अमेरिकेत अठराव्या शतकापासून सुरू झाली. ३१ जुलै १७९० साली फिलाडेल्फिया येथील सॅम्युअल हॉपकिन्स यांना पहिले अमेरिकन पेटंट देण्यात आले होते. त्यांनी पोटॅश बनवले होते. त्यामुळे त्यापासून साबण चांगल्या दर्जाचा

बनवता येऊ शकत होता.

कॉर्नेल विद्यापीठात जेव्हा फाईनमन शिकवायचे त्यावेळी एकदा त्यांच्या घरी टेलिफोनची घंटा खणखणली, त्या आवाजावरूनच तो Long Distance कॉल होता, हे त्यांनी लगेच ओळखले. तो फोन कॅलिफोर्नियाहून आला होता. त्याकाळी असा लांबून फोन येणे म्हणजे काहीतरी विलक्षण महत्त्वाचे काम आहे, असा समज होता. फाईनमननी फोन घेतला. पलीकडून विचारणा झाली,

"आपण कॉर्नेल विद्यापीठाचे प्राध्यापक बोलत आहात का?"

"होय, बोला." फाईनमननी उत्तर दिले. तो गृहस्थ एका विमान कंपनीतून बोलत होता. कॅलिफोर्नियातील ती बरीच मोठी विमान कंपनी होती. पलीकडून बोलणारा बऱ्याच उत्साहाने सांगत होता.

"अणुशक्तीवर चालू शकणाऱ्या विमानांकरिता प्रयोगशाळा बांधायचा आमचा बेत आहे. त्याकरिता आमचे वार्षिक बजेट काही कोटी डॉलर्स इतकं आहे." हे प्रचंड आकडे तो अगदी लीलयेने सांगत होता. फाईनमननी त्याला मध्येच अडवले.

"एक सेकंद थांबा, मला कळत नाहीये की हे सगळं तुम्ही मला का सांगता आहात?" त्यांनी त्याला थांबवायचा प्रयत्न केला खरा पण तो काही थांबायला तयार नव्हता उलट तो म्हणाला,

"हे बघा, मला पुरतं बोलू दे. मी तुम्हाला नीट समजावून सांगतो पण मला जरा माझ्या पद्धतीने तुम्हाला सांगू दे."

आणि मग मात्र त्याने कुठलीही पर्वा न करता स्वतःचे पुराण सुरू केले. त्याच्या त्या कंपनीच्या प्रयोगशाळेत किती जण असतील, कुठल्या दर्जाचे अधिकारी असतील, फाईनमननी त्याचा ओघ थांबवला आणि परत विचारले,

"मला असं वाटतंय की, ही सगळी माहिती तुम्ही चुकीच्या माणसाला देत आहात."

आता विचार करायची पाळी त्याची होती.

"मी, मी रिचर्ड फाईनमन यांच्याशीच बोलतोय ना? रिचर्ड पी. फाईनमन?"

"हो मी तोच! पण...."

"मग मला काय सांगायचंय ते तुम्ही कृपा करून ऐकून घ्याल?

माझं बोलणं झालं की मग आपण चर्चा करू."

"ठीक आहे." त्याच्या चिकाटीपुढे फाईनमननी शरणागती पत्करली आणि पुढचा काही काळ जवळजवळ डोळे मिटूनच तो काय सांगतोय ते निमूटपणे ऐकू लागले. तो त्या प्रोजेक्टविषयी बरीच तपशीलवार माहिती देत होता आणि फाईनमनना मात्र हा इतकी माहिती, इतक्या हिरिरीने का सांगतो आहे याची पुसटशी कल्पना देखील येत नव्हती. अखेरीस जेव्हा त्याचे हे प्रोजेक्टपुराण संपले तेव्हा तो थांबला आणि परत त्यांनाच विचारू लागला,

"आता सांगा बरं की, हे सगळं मी तुम्हाला का सांगत आहे?"

फाईनमनना देखील इतका वेळ कुठं कळलं होतं की हा सगळं का सांगतो आहे!

"मी तुम्हाला अशासाठी सांगतो आहे की तुम्हाला आमच्या या प्रयोगशाळेचे डायरेक्टर व्हायला आवडेल का?"

"तुम्ही योग्य व्यक्तिशीच बोलत आहात असं तुम्हाला खरंच वाटतंय?" आता मात्र फाईनमन सावध झाले.

"हो! हो! मला पक्की खात्री आहे, मी अगदी योग्य माणसाला विचारलेलं आहे."

"पण तुम्हाला फोन नंबर कसा कळला?"

तो उत्साहाने म्हणाला,

"सर त्याचं असं आहे की, आण्विक शक्तीने चालू शकणाऱ्या रॉकेट प्रोपेल्ड (रॉकेटमुळे पुढे जाणाऱ्या) विमानांचं पेटंट तुमच्या नावावर आहे."

क्षणात फाईनमनच्या लक्षात आलं की, खरंच अशा प्रकारचं पेटंट हे त्यांच्या नावे होतं; पण त्यांनी त्या माणसाला नकार दिला आणि त्याला स्पष्टपणे सांगितलं की, अशा कंपनीचा संचालक होण्यापेक्षा येथेच प्राध्यापक म्हणून काम करायला मला आवडेल.

ते पेटंट त्यांच्या नावावर कसं होतं, याची एक कहाणीच आहे. त्याचं काय झालं की फाईनमन लॉस अलमॉस येथे काम करत होते, तो दुसऱ्या महायुद्धाचा काळ होता. त्यावेळी तेथील पेटंट ऑफिसात काम करणाऱ्याचे नाव होते कॅप्टन स्मिथ! हा गृहस्थ अत्यंत कार्यक्षम अधिकारी होता. एक दिवस काय झालं की या कॅप्टन स्मिथनी साऱ्या

ऑफिसमध्येच एक नोटीस पाठवली. ती नोटीस अशी होती ज्या कुणाला, एखादी नवीन कल्पना सुचली असेल त्याने त्या कल्पनेचे किंवा शोधाचे पेटंट घेऊन ठेवावे. या सरकारी खात्यात त्याची नोंदणी करून ठेवावी. आपल्या कामाची नोंद पेटंट ऑफिसमध्ये करावी. मग ती कल्पना काहीही असली तरी चालेल. अगदी नवीन असली किंवा अगदी अधिक शक्तीवर चालणारे एखादे यंत्र किंवा अस्त्र असले तरी चालेल. त्याचे पेटंट तुमच्या नावे करण्यास सरकार तयार आहे. ज्या कुणाला अशी कल्पना सुचेल त्याने माझ्या ऑफिसमध्ये यावे. नेमकी त्याच दिवशी दुपारी जेवणाच्या सुट्टीत फाईनमनची व स्मिथची भेट झाली. तेव्हाच फाईनमनने त्याला सांगितले की, "अशा सुचलेल्या प्रत्येक कल्पनेचे पेटंट घ्यायचे, म्हणजे जरा कठीणच आहे. कारण अणुशक्तीवर इतक्या कल्पना सुचत असतात की पूर्ण दिवसभर सांगितले तरी दिवस पुरणार नाही!"

"उदाहरणार्थ?" स्मिथने विचारले. मग मात्र फाईनमनने आपली रेकॉर्डच वाजवली.

"उदाहरणार्थ, बघा, एखादा आण्विक रिॲक्टर. त्यात बघा पाणी असे एका बाजूने जाते. वाफ दुसरीकडून बाहेर येते. शराश... असा आवाज करत... मग समजा एखादं सबमरीन आहे किंवा एखादा आण्विक रिॲक्टर आहे, त्याच्या पुढून समजा हवा आत येते आहे, आण्विक क्रियांमुळे ती तापते, गरम होते. परत ती मागे जाते... बूम... मग ती परत जाते... कदाचित ती विमानाकरिता वापरता येईल. मग समजा तुमच्याकडे जर असाच हायड्रोजन असेल, तर मग तुम्हाला तोही असाच वापरता येईल... झूम झूमऽऽ.. असा आवाज करत तो रॉकेटमध्ये वापरता येईल किंवा एखाद्या आण्विक रिॲक्टरमध्येही वापरता येईल किंवा अशा आण्विक रिॲक्टरमध्ये वापरता येईल जो फक्त साधे युरॅनिअम वापरेल. मग तेथेच एन्रीच युरॅनिअम आणि बेरीलिअम ऑक्साईड हे प्रचंड तापमानात ठेवलेले असेल तर जास्त चांगल्या रितीने वापरता येईल. मग तो एक विद्युत ऊर्जा प्रकल्प बनू शकतो.... आणि बघा... बोलता बोलता मी तुम्हाला किती कल्पना दिल्या? काय आहे की नाही?... अशा कितीतरी कल्पना सुचतील, दिवस नाही पुरा पडणार!" आणि असे म्हणत ते त्यांच्या ऑफिसमधून

बाहेर पडले.

त्यानंतर बरेच दिवस काहीच घडले नाही. साधारणत: तीन महिन्यांनी स्मिथने फाईनमनना त्यांच्या ऑफिसमध्ये बोलावले, "फाईनमन हे बघ, तू ज्या सबमरीनबद्दल बोलत होतास त्याचे पेटंट आधीच कुणीतरी घेतले आहे पण बाकीची तीन पेटंट मात्र तुझी आहेत, तुझ्या नावाने त्यांची नोंद केलेली आहे!" आणि म्हणूनच, ज्यावेळी कॅलिफोर्नियाच्या विमान कंपनीचे लोक प्रयोगशाळा स्थापन करण्याचा विचार करत होते त्यावेळी हे लोक आण्विक शक्तीवर, रॉकेटवर चालणाऱ्या यंत्राच्या क्षेत्रात कोणकोणते शास्त्रज्ञ आहेत, कोण कोण त्यावर काम करत आहेत, याचा शोध घेत होते. आता असे लोक शोधण्याचा एकच सरळ मार्ग होता अन् तो म्हणजे या यंत्राची पेटंट कुणाच्या नावे आहेत, हे पाहणे!

फाईनमननी ज्या तीन कल्पनांची पेटंट सरकारला दिली, त्यांच्या कागदपत्रांवर सही करण्यास स्मिथने त्यांना सांगितले. आता खरं म्हणजे ही फक्त एक औपचारिकता होती पण त्यातही मेख होती. जेव्हा तुम्ही सरकारबरोबर कोणताही करार करता, तेव्हा किंवा जोपर्यंत पैशांची कायदेशीर देवाणघेवाण होत नाही, तोपर्यंत, कुठलाही व्यवहार हा पूर्ण होत नाही आणि फाईनमन हे तत्त्वनिष्ठ आणि म्हणूनच त्यांनी स्मिथला सांगितले, "मी रिचर्ड पी. फाईनमन सरकारला ही कल्पना एक डॉलरच्या मोबदल्यात देत आहे..." आणि असं लिहून त्यांनी सही केली आणि स्मिथला विचारले, "एक डॉलर कुठे आहे?"

"अरे, ही फक्त एक औपचारिकता आहे, सध्यातरी आपल्याकडे याकरता कुठलेही फंड उपलब्ध नाहीत."

"हे बघ स्मिथ, मी ज्या एक डॉलरकरता सही केली त्या संदर्भातील सर्व कागदपत्रे तुझ्याकडे आहेत. तेव्हा मला माझा एक डॉलर दे."

फाईनमनने त्यांना सुनावले. कारण फाईनमन अत्यंत तत्त्वनिष्ठ माणूस होता आणि तितकाच मिश्कीलही.

"हा तद्दन मूर्खपणा आहे." स्मिथ आता चांगलाच संतापला होता.

"अजिबात नाही. ही कागदपत्रे म्हणजे कायदेशीर बाबी आहेत. तू मला यावर सही करायला लावलीस. हे बघ मी एक अत्यंत प्रामाणिक माणूस आहे आणि जर या कागदपत्रांवर सही केल्यानंतर, त्या

कागदपत्रात असे म्हटले असेल की, मला सही केल्याबद्दल एक डॉलर मिळेल, तर मग त्यानुसार तो एक डॉलर मला मिळालाच पाहिजे. त्यात कोणतीही मखलाशी मला चालणार नाही.''

''ठीक आहे, ठीक आहे, देतो देतो. मी तुला माझ्या खिशातला माझा एक डॉलर देतो.'' असे म्हणत स्मिथने एक डॉलर त्यांना दिला. फाईनमननी तो डॉलर घेतला. तो घेऊन काही चॉकलेट्स विकत घेतली, बराचसा खाऊ घेतला अन् नंतर प्रयोगशाळेत त्यांनी सगळ्यांना बोलावले आणि त्यांना चॉकलेट वाटून टाकली. नंतर ''हे बघा माझे बक्षीस! मला माझ्या पेटंटचा एक डॉलर मिळाला आहे.'' सगळ्यांना अभिमानाने, थोडेसे चिडवल्यासारखे सांगत सुटले. मग काय, त्यानंतर बऱ्याच लोकांनी अशी पेटंट स्मिथकडून घेतली आणि त्याचे १/१ डॉलरही वसूल केले. म्हणजे काय तर स्मिथकडून मागून घेतले. हळूहळू स्मिथचा खिसा हलका होऊ लागला आणि त्याच्या लक्षात आले की, त्याच्या पैशालाच गळती लागली आहे. मग मात्र त्याने ते वसूल करण्यासाठी फंड मिळवण्याचे प्रयत्न अटीतटीने सुरू केले.

■

औपचारिकता नोबेल सोहळ्याची

नोबेल पारितोषिक स्वीकारण्याचा समारंभ हा एक अत्यंत औपचारिक समारंभ असतो. स्वीडनच्या राजघराण्यातील राजपरिवाराचा मान राखत नोबेल पारितोषिक मिळवणाऱ्या लोकांना वागावे लागते. त्यावेळचे नोबेल पारितोषिक घेतल्यानंतरचे फाईनमन यांचे भाषण उत्तम झाले; पण एकंदरीतच राजघराणे, त्यांच्या परंपरा सांभाळणे त्यांना जड जाऊ लागले. राजाने पारितोषिक विजेत्यांच्या सन्मानार्थ जो भोजन समारंभ आयोजित केला होता त्या समारंभाला फाईनमन एका राजकन्येच्या शेजारी जाऊन बसले. राजपरिवारातील लोकांशी कसे वागायचे, कसे बोलायचे याचा अनुभव फाईनमनना नव्हता. मूळचाच सडेतोड आणि मोकळा स्वभाव असल्याने त्यांनी आपल्या शेजारी बसलेली व्यक्ती ही राजकन्या आहे असा अजिबात विचार न करता तिच्याशी एकदम गप्पाच मारायला सुरुवात केली!

"राजा आणि राजपरिवाराला हस्तांदोलन करण्यासाठी किती वेळ उभं राहावं लागतं अन् तेही येणाऱ्या पाहुण्यांच्या स्वागतासाठी– जेवणाच्या आधी! अमेरिकेत यावर काहीतरी उपाय काढतील. एखादं शेकहँड करणारं मशीन बनवतील." बहुधा फाईनमन यांची ही वायफळ मुक्ताफळं तिला रुचली नसावीत. कारण काहीशा नाराजीनेच ती म्हणाली,

"अमेरिकेचं ठीक आहे पण इथं काही अशी मशीन चालणार नाहीत. त्यात काहीही रॉयल्टी नसेल."

"छे छे, उलट अशा मशीन्सना फार मोठी बाजारपेठ मिळू शकते.

म्हणजे कसं की, प्रथम फक्त राजाकडे असे मशीन असेल, हे आपण त्याला भेट म्हणून देऊ. नंतर हळूहळू बड्या लोकांना असं मशीन घ्यावंसं वाटेल. मग असा प्रश्न उद्‌भवेल की, कुणाकुणाला असं मशीन घेण्याची परवानगी द्यावी? पंतप्रधानांना एक घेण्याची परवानगी द्यावी लागेल, मग राष्ट्राध्यक्षांना, नंतर सभासदांना, मग वरिष्ठ अधिकाऱ्यांना अशा रितीने एक प्रचंड बाजारपेठच या प्रकारच्या यंत्रांना निर्माण होईल आणि मग कुठल्याही स्वागत समारंभाला, मशीनबरोबर असं शेकहँड करण्यासाठी तिष्ठत उभं राहावं लागणार नाही, कारण मशीनबरोबर शेकहँड करण्यासाठी, मग तुम्ही तुमचं मशीनच त्याबरोबर पाठवू शकाल!''

राजकन्येला काही ही बडबड विशेष रुचली नाही. अत्यंत थंड आणि मख्ख चेहरा करून ती उठली आणि दुसऱ्या ग्रुपमध्ये जाऊन मिसळली. तिच्या चेहऱ्यावर आजकाल नोबेल प्राईज काय वाट्टेल त्या लोकांना मिळते, असा एक टिपिकल भाव तरळून गेला होता.

त्याच समारंभात ज्या बाईकडे हे जेवण आयोजित करण्याचं काम होतं, त्यांच्याच शेजारी फाईनमन जाऊन बसले. वाईनचा पेला भरण्यासाठी तेथे एक वेट्रेस आली आणि तो पेला ती भरू लागली. तेव्हा तिला फाईनमननी सांगितले की, मी मद्य घेत नाही. तेव्हा त्या बाई म्हणाल्या,

"नाही नाही, तिला तुमचा पेला भरू दे.''

"अहो पण मी पीत नाही.''

"ते ठीक आहे, पण बघा ही केवळ औपचारिकता आहे. ते बघा तिच्याकडे दोन बाटल्या आहेत. आम्हालाही माहीत आहे की क्र. ८८ हे मद्य घेत नाहीत.'' त्यांच्या खुर्चीच्या पाठीवर क्र. ८८ लिहिला होता.

"त्या दोन्ही बाटल्या, तुम्हाला एकसारख्या दिसतील पण एकीत मद्य आहे, तर दुसरीत मद्य नाही.''

या बोलण्याने फाईनमन चकित झाले आणि डोळे विस्फारून त्या मुलीकडे बघतच राहिले आणि म्हणाले की,

"पण तुम्हाला कसं कळणार?'' यावर बाई हसल्या आणि म्हणाल्या,

"तुम्ही राजेसाहेबांकडे बघा, तेही मद्य घेत नाहीत.''

त्यानंतर तिने असाच राजपरिवार आणि शाही समारंभातील एक

प्रसंग सांगितला. प्रसंग बाका होता. त्यांच्यासमोर असाच एक पेच उभा ठाकला होता. रशियन राजदूताने कुठे बसायचे? असा प्रश्न त्यांना पडला होता. अशा समारंभाला राजाशेजारी कुणी बसायचे, हा एक नित्याचाच प्रश्न उद्भवत असतो. नोबेल पारितोषिक वितरण सभारंभाच्या वेळी नोबेल पारितोषिकाचे मानकरी हे सहसा राजाच्या जवळ बसतात. राजकीय लोकांना अशावेळी दूर बसवतात. त्यातही ज्या राजकीय अधिकाऱ्याने, स्वीडनमध्ये अधिक काळ घालवलेला असतो, तो राजाच्या जास्त जवळ बसतो. आता या समारंभाच्या वेळची स्थिती अशी होती की, अमेरिकन राजदूताचे स्वीडनमधील त्यावेळचे वास्तव्य हे रशियन राजदूतापेक्षा अधिक होते. पण त्यावेळच्या साहित्यातील नोबेल पारितोषिकाचे 'मानकरी' हे रशियन होते. त्यांचे नाव होते श्री. शोलोश्वाव्ह आणि रशियन राजदूतांना त्यांच्या दुभाषाचे काम करण्याची इच्छा होती. आता प्रश्न असा होता की, रशियन राजदूताला अमेरिकन राजदूताच्यापेक्षा राजाच्या जवळ कसे बसू द्यायचे? कारण तसे केले तर संकेताचा भंग होत होता. इतकेच नव्हे तर अमेरिकन राजदूताचा आणि इतरही राजकीय नेत्यांचा अपमान झाला असता. मग त्या बाई पुढे सांगू लागल्या–

"तुम्ही खरोखरीच तो प्रसंग बघायला हवा होता, अहो इतकी पत्रापत्री झाली, फोनवरून चर्चा झाल्या, पत्रोत्तरांची खैरात झाली आणि मगच रशियन राजदूतांना, श्री. शोलोश्वाव्ह यांच्याजवळ बसण्याची परवानगी मिळाली आणि तेव्हा असंही ठरलं की, त्या संध्याकाळी रशियन राजदूतांनी, रशियाचे राजदूत म्हणून अधिकृतरीत्या तेथे उपस्थित राहायचे नाही, तर केवळ श्री. शोलोश्वाव्ह यांचे दुभाषे म्हणून समारंभाला उपस्थित राहायचे!"

पारितोषिक वितरण समारोहप्रीत्यर्थ आयोजित केलेल्या भोजनानंतर सगळ्यांची पलीकडच्या हॉलमध्ये वेगळ्याच विषयावर चर्चा चालू होती. तेथे डेन्मार्कची एक राजकुमारी बसली होती आणि त्यांच्या गप्पा चालू होत्या. मग फाईनमनही तेथे एक रिकामी खुर्ची पाहून बसले.

"तुम्हीच ते नोबेल पारितोषिक विजेते ना?" तिने विचारले.

"हो!"

"कुठल्या विषयात नोबेल मिळालं तुम्हाला?"

"फिजिक्समध्ये!"

"अहो! म्हणजे कुणालाच त्याबद्दल काहीच माहिती नाही. त्यामुळे मला वाटतं की आपण त्याबद्दल काही बोलूच शकणार नाही." राजकुमारी म्हणाली.

"छे, छे, उलट आपण बोलू शकतो कारण असं आहे की, फिजिक्सबद्दल कुणाला तरी काहीतरी माहिती आहे. म्हणून त्याबद्दल आपण बोलू शकत नाही. खरं म्हणजे, कुणाला ज्याबद्दल काहीच माहिती नाही, त्याबद्दल आपण बोलू शकतो. उदाहरणार्थ, सामाजिक प्रश्नाबद्दल आपण बोलू शकतो. मानसशास्त्राबद्दल बोलू शकतो.... तसं बघा, सोन्याच्या खरेदी-विक्रीबद्दल, देवाण-घेवाणीबद्दल नाही बोलू शकत कारण त्याबद्दल लोकांना ठाऊक असतं. पण ज्याबद्दल, ज्या विषयाबद्दल कुणाला काहीच माहिती नाही, त्याबद्दल सगळेच बोलू शकतो. फाईनमन यांच्या बोलण्यामुळे राजकुमारी केवळ अवाक्च नाही तर नि:शब्द झाली. नोबेल पारितोषिक स्वीकारणाऱ्या माणसाकडून, इतका गप्पिष्ट स्वभाव तिला अपेक्षित नसावा किंवा कदाचित तिच्या शिष्टाचारात फाईनमन यांचे वागणे तिला चक्क आचरटपणाचे वाटले असावे. पण सरतेशेवटी ती राजकन्या होती, त्यामुळे अशा प्रसंगी कसे वागावे, याचे तिला प्रशिक्षण होते. ती चटकन उठली आणि दुसरीकडे गेली.

■

कामकाज सरकारी समित्यांचे

युद्धानंतरच्या काळात भौतिकशास्त्रज्ञांना बऱ्याचवेळा वॉशिंग्टन येथे सल्ला देण्यासाठी बोलवायचे. खास करून सैन्याला सल्ला देण्यासाठी! त्या मागे बहुधा असा विचार असावा की, ज्या अर्थी या शास्त्रज्ञांनी बॉम्ब बनवला त्या अर्थी हे शास्त्रज्ञ, कमीतकमी सैन्यासाठी तरी नक्कीच उपयुक्त ठरतील. त्यामुळे सैन्याला जे सल्ले देऊ शकतील अशा शास्त्रज्ञांची एक समिती बनवली होती आणि सैन्याकरता लागणाऱ्या विविध शास्त्रांची छानबीन करण्याचे काम त्या समितीवर सोपवण्यात आले होते. त्या समितीवर काम करण्यासाठी फाईनमनना आमंत्रित केले होते.

फाईनमननी त्यांच्या स्वभावानुसार एका फटक्यात कळवून टाकले की, 'मी एक भौतिकशास्त्रज्ञ आहे, सैन्यातील शास्त्रांबद्दल मला काहीही माहिती नाही.'

यावर सैन्यदलाच्या अधिकाऱ्यांनी त्यांना तत्परतेने कळवलं की, 'भौतिकशास्त्रज्ञ हे लष्कराकरता फार उपयोगी असतात, कारण त्यांची निर्णयशक्ती ही फार चांगली असते. त्यामुळे तुम्ही तुमच्या निर्णयाचा फेरविचार करावा.' त्यावर फाईनमननी त्यांना पुन्हा कळवले की, 'मला शस्त्रांमधले काहीही कळत नाही' आणि पुन्हा आपला नकार कळवला. इतकं झाल्यानंतरही, लष्कराच्या सचिवांनी त्यांना एक पत्र पाठवलं, त्या पत्रात त्यांनी असं सुचवलं की, त्यांनी पहिल्या बैठकीला यावं, तिथं काय काय चालतं ते पाहावं, ऐकावं आणि मगच त्यात आपण काही मदत करू शकतो का हे ठरवावं! आता या सूचनेवर

नकार देणं फाईनमनना फारच कठीण वाटू लागले. अखेरीस वॉशिंग्टनला ते त्या मिटिंगकरता गेले. तिथं गेल्यावर त्यांना प्रथम कोणते काम होते, तर फाईनमनच्या शब्दात,

'मला एका कॉकटेल पार्टीला हजर राहावं लागलं.'

त्या पार्टीला लष्करातले बरेच अधिकारी व जनरल होते. गप्पाटप्पा चालू होत्या. खरोखरच रंगतदार पार्टी चालू होती. ती चालू असतानाच एक सैन्याधिकारी फाईनमनपाशी आला आणि म्हणाला,

"तुम्ही भौतिकशास्त्रज्ञ आम्हाला सल्ला देण्यासाठी आलात, हे फार चांगले झाले. कारण लष्कराला त्याची गरज आहे. सैन्यात आम्हाला फार अडचणी येतात, त्यातली एक फार मोठी अडचण म्हणजे लष्करातलं टँकचे इंधन हे फार लवकर संपतं आणि मग मात्र, हे टँक बऱ्याच दूरपर्यंत जाऊ शकत नाहीत. त्यामुळे टँक जात असतानाच त्यांच्यात इंधन कसं भरावं, हा एक मोठाच प्रश्न आहे."

इतक्यावरच ते थांबले नाहीत तर त्या सद्गृहस्थांनी या प्रॉब्लेमवर उपायही सुचवला. त्यांच्यामते काहीतरी करून असा उपाय शोधावा की, ज्यामुळे सिलिकॉन डायऑक्साईड म्हणजे चक्क वाळू आणि धूळ यांचा इंधन म्हणून वापर करता येईल. वाळू आणि धूळ इंधन म्हणून वापरायची? आणि जर समजा असं काही करू शकलो नाही तर? तर काय करायचं हेही त्यांनी सांगून टाकलं.

"या टँक्सना फक्त एक मोठे फावडे खाली लावायचे, मग तो टँक पुढे पुढे जाताना धूळ गोळा करेल आणि त्याच्या इंधनाकरता त्या धुळीचा उपयोग करत पुढे पुढे जाईल! या सैन्याधिकाऱ्याच्या मते ही फारच सुंदर कल्पना होती आणि त्यांच्यामते, ही गोष्ट अमलात आणण्यासाठी केवळ एका गोष्टीची गरज होती, अन् ती म्हणजे फक्त यावर काम करण्याची! संशोधन करण्याची!! उद्या आपल्याला मिटिंगमध्ये कशा प्रकारच्या प्रश्नावर बोलावं लागणार आहे याची थोडीफार कल्पना फाईनमनना त्या पार्टीतच येऊन चुकली.

दुसऱ्या दिवशी जेव्हा मिटिंग सुरू झाली तेव्हा त्यांच्या सोबत पूर्ण मिटिंगभर एक साहायक दिला होता आणि तो त्यांच्या शेजारीच दिवसभर बसला होता. लष्करामध्ये अशीच पद्धत होती. त्यांच्या शेजारी एक प्रसिद्ध जनरल बसले होते. मिटिंग सुरू झाली, तेव्हा

पहिल्या सत्रात जी तांत्रिक चर्चा सुरू झाली होती ती सगळीच समजण्याजोगी होती; पण जेव्हा या मंडळींनी आपल्या चर्चेचा रोख हा लॉजिस्टिक या विषयाकडे वळवला तेव्हा मात्र त्यातले आपल्याला काहीही कळत नाही, हे फाईनमनना लगेचच कळले. त्यांच्या बोलण्यातले एक अक्षरही त्यांना समजेना. त्यांच्या एकंदरीत बोलण्यावरून त्यांना इतकेच समजले की, लष्करातील सामग्री ही इकडून तिकडे वेगवेगळ्या वेळी कशी न्यावी याविषयी ते चर्चा करत असावेत. फाईनमननी या सगळ्या चर्चेत तोंड बंद ठेवण्याचा आटोकाट प्रयत्न केला पण काय आहे की, अशा परिस्थितीत जेव्हा अशा महत्त्वाच्या, मोठ्या लोकांमध्ये बसलेले असतो आणि महत्त्वाच्या गोष्टीबद्दल चर्चा चालू असते तेव्हा गप्प बसणे हे ज्ञानी लोकांना कठीण असते. त्यामुळे अगदी न राहवून तेही त्या चर्चेत सहभागी झाले आणि काहीतरी बोलले.

त्या मिटिंगनंतर, ओघानेच कॉफी ब्रेक आला आणि फाईनमनशेजारील सद्गृहस्थ, ज्यांना त्यांची काळजी घेण्याचे काम दिले होते ते फाईनमन शेजारी आले आणि म्हणाले,

"वा! तुम्ही मांडलेले मुद्दे खरोखरच फार फार महत्त्वाचे होते. तुमचं मिटिंगमधलं काँट्रिब्युशन फारच महत्त्वाचं होतं हो!"

अशा सरकारी बैठका! त्यातून त्या लष्करी अधिकाऱ्यांच्या बैठका!! जेथे लग्नात नसतील तितके मानापमानाचे सोहळे सांभाळावे लागतात, 'यस सर'च्या मंत्रांची पारायणे होतात आणि कुठल्याही तांत्रिक बाबीवर शास्त्रशुद्ध चर्चा होण्यापेक्षा इंग्रजी संभाषणाच्या स्पर्धा असाव्यात, अशा धर्तीचे उच्च शब्द वापरून नुसत्याच चर्चा होतात. तिथे आपल्यासारख्या गरीब बिचाऱ्या फिजिक्सच्या प्राध्यापकाचे काहीच काम नाही हे फाईनमनना कळून चुकले; पण हे विचार कुणापुढेही प्रकट करायची सोयच नव्हती. मिटिंग संपली, सगळेच आवराआवरी करू लागले, त्याचवेळी एका बड्या लष्करी अधिकाऱ्याने फाईनमनना बोलावले आणि विचारले,

"हं... मग काय, पुढच्या मिटिंगला आपण आम्हाला भेटालच!"

"अजिबात नाही! मी येणार नाही."

हे उत्तर अपेक्षित नसल्यामुळे त्या अधिकाऱ्याचा चेहरा पार उतरला. त्यांच्यामते इतकी विलक्षण महत्त्वाची मते त्या मिटिंगमध्ये मांडून सुद्धा

हा प्राणी तेथे पुन्हा यायची भाषा करत नाही? म्हणजे नवलच म्हणायचे!

इ.स. साठच्या सुमारास फाईनमनच्या अनेक शास्त्रज्ञ मित्रांना असे सरकारी सल्ले देण्याचे व्यसनच लागले होते. त्यात त्यांना आपण सामाजिक बांधीलकी वगैरे पार पाडत असल्यासारखे वाटायचे; पण फाईनमननी मात्र हे काम त्यानंतर धाडसाने टाळले.

∎

फिजिक्स सेमिनार

अत्यंत हुशार, बुद्धिमान मंडळी ही व्यवहारी कसोट्यांमध्ये उतरत नाहीत असं म्हणतात. पण वेळप्रसंगी अशा कठीण प्रसंगी आपल्या बुद्धिसामर्थ्यावर ते वाटही काढतात. फाईनमन बाहेरगावी कुठेही व्याख्यानाला जाताना अथवा सेमिनारला जाताना कधीही तिथल्या लोकांचे पत्ते किंवा फोन नंबर टिपून घेत नसत. १९५९ साली नॉर्थ कॅरोलिना विद्यापीठात गुरुत्वाकर्षण या विषयावर एक परिसंवाद होता. त्यांना परिसंवादाचे आमंत्रण आले होते. त्या विषयातील एक तज्ज्ञ म्हणून त्यांना लोक मानत असत. फाईनमन त्या परिसंवादाकरिता एक दिवस उशिराच पोहोचले होते आणि उतरल्यानंतर ते टॅक्सी शोधू लागले. तिथल्याच एका टॅक्सीवाल्याला त्यांनी नॉर्थ कॅरोलिना विद्यापीठाचा पत्ता विचारला आणि त्यांना तेथे सोडण्यास सांगितले.

"नक्की कुठं जायचं आहे तुम्हाला?"

"म्हणजे?"

"म्हणजे रेले येथील नॉर्थ कॅरोलिना की चॅपेल येथील नॉर्थ कॅरोलिना?" फाईनमनना कुठली युनिव्हर्सिटी कुठं आहे याबद्दल काहीच माहिती नव्हती. फाईनमननी उगीचच त्याला विचारले की, "कुठली युनिव्हर्सिटी जवळ आहे?"

त्यांचा कयास होता की कुठलीतरी एक युनिव्हर्सिटी ही दुसऱ्यापेक्षा जवळ असणार...

पण त्यांचा अंदाज साफ चुकला. टॅक्सीवाला म्हणाला, "एक इथून उत्तरेला आहे अन् दुसरी दक्षिणेला! अन् दोन्हीही इथून सारख्याच अंतरावर आहेत."

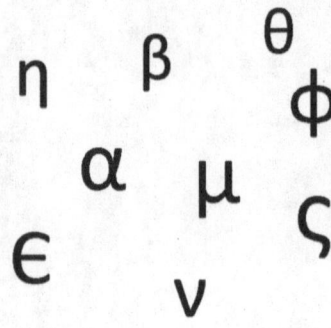

आता आली का पंचाईत? फाईनमनजवळ तर कुठलाच पत्ता नव्हता. बरं बरोबर कुणी ओळखीचेही नव्हते. कारण सेमिनार आदल्या दिवशीच सुरू झाला होता; पण मग त्यांना एक कल्पना सुचली. ते त्याला म्हणाले,

"हे बघा, कालच मुख्य सेमिनार सुरू झाला आहे त्यामुळे बरेच जण कालच इथे आले आहेत. ते आलेले लोक बघा, असं आपापसातच बोलत असतील, त्यांचं एकमेकांच्या बोलण्याकडे अजिबात लक्ष नसेल. एक दुसऱ्याला काय म्हणतोय हे त्यांना समजतही नसेल आणि त्यांच्या बोलण्यात सारखे म्यू..., न्यू..., जीऽऽऽ असे शब्द येत असतील असं वागणाऱ्या, असं बोलणाऱ्या, लोकांना तुम्ही जेथे सोडलं ना... तेथे" इतकं ऐकल्याऐकल्या त्या टॅक्सीवाल्याचा चेहरा क्षणात उजळला.

"हां हां म्हणजे चॅपल हिल..." मग त्याने रांगेतील पुढच्याच टॅक्सीवाल्याला बोलावले आणि सांगितले,

"अरे, यांना चॅपल हिल युनिव्हर्सिटीत घेऊन जा बरं!"

फाईनमननी त्याचे आभार मानले. टॅक्सीत बसले आणि सेमिनारच्या इष्ट स्थळी पोहोचले.

निर्धार : एकच प्याला

रिओ विद्यापीठात प्रा. फाईनमन अनेकदा लेक्चर्स देण्यासाठी जात, हे विद्यापीठ ब्राझीलमध्ये आहे. ब्राझीलमध्ये गेल्यानंतर त्यांचा मुक्काम ज्या हॉटेलात असायचा, त्याच हॉटेलात पॅन अमेरिकन एअरलाईन्सचे पायलट, कर्मचारी आणि हवाई सुंदऱ्या उतरायच्या. दोन फ्लाईटच्या दरम्यान अवकाश असेल तर विश्रांतीसाठी ही मंडळी तेथे उतरायची. फाईनमन यांचा स्वभाव मुळातच मोकळा, साहजिकच या मंडळींशी त्यांची मैत्री जुळली. या लोकांच्या फ्लाईट्स यायच्या आणि दोन उड्डाणांच्या दरम्यान त्यांची लगबग चालू राहायची. या कर्मचाऱ्यांचे जीवन नेहमीच धकाधकीचे असायचे. रोजची दगदग, धावपळ, ताण यामुळे हे कर्मचारी कंटाळलेले असायचे आणि तणावमुक्तीसाठी सरळ बारचा रस्ता गाठायची. फाईनमन यांची त्यांच्याशी दोस्ती जमली होती. साहजिकच हे लोक त्यांनाही आपल्याबरोबर घेऊन जायचे.

ब्राझीलमधील मुक्कामात असे ड्रिंक्स घेण्याचे प्रसंग फाईनमन यांच्यावर वारंवार येऊ लागले आणि मैत्रीखातर फाईनमन हे बऱ्याचवेळा बारमध्ये जाऊ लागले. एके दिवशी भर दुपारी तीन साडेतीनच्या सुमारास ते असेच रस्त्यावरून चालत निघाले होते. रस्त्यावरच पुढे बार होता. अचानक या गृहस्थांना प्रचंड तल्लफ आली आणि त्यांची पावले आपसूक बारकडे वळली.

'आता एक ड्रिंक घ्यायलाच हवे.' असं मनाशी म्हणत ते बारकडे वळले आणि चालू लागले. क्षणार्धात कसलातरी विचार मनात चमकला आणि ते थबकले.

'नक्की कशासाठी मी ड्रिंक घ्यायला जातोय, ही काही वेळ नाही. आता काही कुठला समारंभ नाही मग अशी तल्लफ येण्याचे कारणच काय? ड्रिंक घेतलेच पाहिजे असे प्रकर्षाने वाटलेच कसे?' त्या विचारांनी ते चरकले. त्यानंतर त्यांनी कधीही आयुष्यात 'ड्रिंक्स' घेतले नाही. घेण्याची प्रबळ ऊर्मी आपल्याला झाली या विचारांचीच त्यांना विलक्षण भीती वाटली. ती का वाटली याचे उत्तर त्यांना कधीच मिळाले नाही. फिजिक्स हे त्यांचे आयुष्य होते. फिजिक्स हा त्यांचा आनंद होता, नशा होती. फिजिक्सच्या अभ्यासात, विचारात मिळालेला आनंद, मौजच इतकी भरभरून होती की त्यापुढील आयुष्यात दारूसारख्या व्यसनांची कधी गरजच पडली नाही.

'मला माझा विचार करणारा हा मेंदू दारूने भ्रष्ट करायचा नव्हता.' असं ते म्हणत.

अत्यंत विचारपूर्वक या माणसाने त्यानंतर स्वत:ला सर्व व्यसनांपासून दूर ठेवले आणि फिजिक्समध्येच स्वत:चे सर्वस्व दिले.

■

चॅलेंजरचा स्फोट

१९८६ मध्ये नासाच्या चॅलेंजर या यानाचा अवकाशातच स्फोट झाला आणि हा अपघात घडला. या स्फोटाची चौकशी करण्यासाठी अमेरिकेच्या राष्ट्राध्यक्षांनी एक आयोग नेमला. फाईनमनच्या एका विद्यार्थ्याने त्या आयोगात फाईनमन यांची नेमणूक केली. हा विद्यार्थी त्यावेळी सरकारी अधिकारी होता. फाईनमनना या आयोगासाठी काम करण्याची इच्छा नव्हती. कारण पहिल्यापासूनच एकंदरीतच सरकारी कामांच्या पद्धतींचा त्यांना तिटकारा होता. शिवाय आता ते कॅन्सरने आजारी होते; पण त्यांच्या पत्नीने ग्वेनीथने त्यांना गळ घातली. तिला आपल्या पतीच्या ज्ञानाची, कार्याची आणि शोधक वृत्तीची पूर्ण जाणीव होती. तिने त्यांना सांगितले की, समितीवरील आयोगातील इतर सरकारी अधिकारी, इंजिनीअर शब्दांचे अवडंबर माजवून बरंच काहीतरी लिहितील, पण त्या अपघाताचं कारण, काही अनपेक्षित पुरावे हे फाईनमनच त्यांच्या प्रगल्भ बुद्धिमत्तेने शोधून काढू शकतील! पत्नीच्या प्रोत्साहनामुळे व आग्रहामुळे फाईनमन हे त्या आयोगाचे काम करण्यासाठी तयार झाले. या चौकशी समितीचे काम करत असताना त्यांना असे लक्षात आले की, नासाचे अधिकारी व अवकाश यान मोहिमेचे अन्य ठेकेदार यांची एक विलक्षण संकुचित वृत्ती बनली आहे. सुरक्षिततेच्या मुद्द्यावरील कुठलीही टीका टीपण्णी न ऐकण्याचा जणू काही एक अलिखित संकेतच त्यांच्या अंगात भिनला आहे.

फाईनमनननी दुसऱ्या महायुद्धाच्या वेळी अणुबाँम्ब बनवण्याच्या प्रकल्पावर काम केले होते. त्यामुळे त्यांना ही वृत्ती नवी नव्हती. चॅलेंजरच्या चौकशी आयोगाचे काम करत असताना त्यांच्या असेही

लक्षात आले की, त्या अवकाश यानाच्या प्रणालीतला दोष हा तेथे काम करणाऱ्या दुय्यम अधिकाऱ्यांच्या लक्षात आला होता; पण अंतर्गत राजकारणामुळे त्यावर कुठलाही उपाय करता येत नव्हता. नासाने सुरक्षा उपायांकडे आणि त्यातल्या त्रुटीकडे डोळेझाक केली होती. काही वेळा तर वरवर मलमपट्टी केली होती; पण असा काहीतरी अपघात घडू शकतो ही शक्यता त्यामुळे नाकारता येत नव्हती. हे अवकाश यान अवकाशात सोडण्यापूर्वी रॉकेट बूस्टर वापरले जात. ती रॉकेट्स सिलेंडरच्या आकाराचे भाग एकमेकांना जोडून बनवलेली होती. जेथे ती जोडली जात तेथे त्या जोडणीच्या सांध्यावर रबरी 'ओ' रिंग ('O' Ring) टाकत. यापूर्वी उड्डाणे झाली होती त्यावेळी या रबराच्या 'ओ' रिंग आतल्या इंधनाच्या ज्वलनामुळे वितळायच्या, निकामी देखील व्हायच्या.

फाईनमन यांची या आयोगाकरिता नेमणूक झाली ती अत्यंत योग्य होती. फाईनमनना कुणाचीही बाजू घेण्यामध्ये रस नव्हता. सरकारी कार्यपद्धती आणि एकंदरीतच अधिकाऱ्याची वरिष्ठ, कनिष्ठ, इ. वर्गीय पद्धती यांविषयी त्यांना तिटकारा होता. इतकंच नाही तर अशा पद्धती झुगारून देण्याकडेच त्यांच्या कल असायचा. त्या आयोगात ते एकटेच असे मनस्वी शास्त्रज्ञ होते! फाईनमनना चौकशी करता करताच एक गोष्ट लक्षात आली अन् ती म्हणजे 'ओ' रिंग मध्येच काहीतरी गडबड आहे. कमी तापमानाला रबराचे गुणधर्म बदलतात. रबर नेहमी इतके ताणले जाऊ शकत नाही.

चौकशी आयोगाची ती बैठक टीव्हीवरून लाईव्ह प्रदर्शित होणार होती. बैठकीचा दिवस उजाडला, अनेकांनी त्या दिवशी आपले टीव्ही सुरू केले. बैठक चालू असतानाच फाईनमननी आपल्याजवळील 'ओ' रिंग काढली आणि तेथेच बर्फ घातलेले थंडगार पाणी मागवले. सगळेच लोक टीव्हीकडे नजर लावून बसले होते. फाईनमननी ती रिंग आपल्याजवळील 'सी' क्लॅम्पमध्ये पकडली आणि बोलता बोलता त्या थंडगार पाण्यात टाकली आणि काही वेळाने ती बाहेर काढली, तिचा क्लॅम्प काढून टाकला, पण थंड पाण्यात टाकलेली ओ रिंग तशाच आवळलेल्या स्थितीत राहिली. तिने लगेच पूर्ववत आकार धारण केला नाही.

"हेच नेमकं चॅलेंजर कोसळण्याचं कारण आहे." फाईनमननी त्या बैठकीत जाहीर केलं. हजारो लोकांनी टीव्हीवरून हे दृश्य पाहिले आणि ते अवाक् झाले. इतक्या प्रचंड अवकाश यान मोहिमेत अपघात झाला, तो ही एका क्षुल्लक ओ रिंगमुळे! रिचर्ड फाईनमनना चौकशी करत असतानाच हे लक्षात आले होते की, अपघात ओ रिंगच्या रबरामुळेच झाला असावा.

थंडीच्या दिवसात कमी तापमानाला रबराला आपल्या पूर्ववत अवस्थेत येण्यासाठी काही काळ लागतो. ज्या दिवशी चॅलेंजरचे उड्डाण होते त्या दिवशी सकाळी इतके कमी तापमान होते की, चॅलेंजरच्या पूर्ण सराव उड्डाणांपेक्षा, तापमान गोठणबिंदूच्या खाली होते. तेव्हाच फाईनमन यांच्या मनातील शंका बळावली. त्यांच्या लक्षात आले की, अत्यंत कमी तापमानामुळे सांध्यामधील ओ रिंगचे रबर हे गोठल्यामुळे आकसले गेले होते. उड्डाणाच्या वेळी साहजिकच ते प्रसरण पावले नाही, पूर्ववत आकार त्याने धारण केला नाही. त्यामुळे सांधे पूर्णपणे जोडले गेले नाहीत. उड्डाणाच्या वेळी या फटीतून प्रचंड तापमानाचे, तप्त वायू बाहेर पडले आणि द्रवरूप हायड्रोजनने भरलेल्या इंधनाच्या टाकीच्या संपर्कात येऊन ते पेटले. क्षणार्धात चॅलेंजरचा भडका उडाला!

फाईनमन हे पहिल्या प्रतीचे शास्त्रज्ञ होते. आपला निष्कर्ष पडताळून पाहण्यासाठी त्यांनी ते ज्या हॉटेलात उतरले होते तेथे प्रयोग करायचे ठरवले. रॉकेटमध्ये ज्या रबराची ओ रिंग बसवली होती, त्याच रबराची ओ रिंग त्यांनी मागवून घेतली. शेजारील हार्डवेअरच्या दुकानातून एक लहान 'सी' क्लॅम्प आणला. ओ रिंग त्यांनी त्या क्लॅम्पमध्ये आवळून बसवली आणि काही वेळाकरता बर्फाच्या थंडगार पाण्यात टाकली. ३२अंश फॅरनहिटपर्यंत तापमान उतरले होते. थोड्या वेळाने त्यांनी ती बाहेर काढली आणि सी क्लॅम्प काढून टाकला. त्यांचा अंदाज खरा ठरला 'ओ रिंग' ने पूर्ववत आकार घेण्यासाठी काही काळ घेतला. या स्वत: करून पाहिलेल्या प्रयोगानंतरच, त्यांनी हे प्रात्यक्षिक टीव्हीवरून सर्वांपर्यंत पोहोचवण्याचे ठरवले. खरं तर या प्रयोगात काही फार मोठे तांत्रिक ज्ञान, किचकट प्रॉब्लेम सोडवणे, वगैरे काहीही नव्हते पण सरकारी दबावामुळे, ही तांत्रिक चूक निदर्शनास आणण्याचे धैर्य कुणामध्ये नव्हते.

फाईनमन यांच्या या लाईव्ह पण साध्याशा प्रात्यक्षिकामुळे, चॅलेंजरच्या अपघाताचे कारण तर जगापुढे आलेच पण सत्तेपुढे दबलेले सत्यही बाहेर आले. स्वत: फाईनमन यांनीच म्हटले होते की, शास्त्रज्ञाने शास्त्राशी, प्रयोगाशी पूर्णपणे एकनिष्ठता ठेवावी. त्यांच्या वर्तनातून त्यांच्या विचारसरणीचे प्रतिबिंब बघायला मिळते. चॅलेंजरच्या स्फोटाच्या कारणांची तपासणी करताना फाईनमन यांनी काही मूलभूत त्रुटी आणि चुका निदर्शनास आणल्या. गणिताच्या, सांख्यिकी शास्त्राच्या आधारे अवकाश यानांसारख्या महत्त्वाच्या मोहिमांचे यश वा अपयश हे आधीच सांगता येऊ शकते. प्रोबॅबिलिटीच्या आधारे तसे अंदाज वर्तवता येतात. चॅलेंजरच्या बाबतीत नासाचा अंदाज १ लाखात १ असा होता. फाईनमननी हा अंदाज कसा चुकीचा होता हे सांगितले. १ लाखात १ म्हणजे याचा अर्थ असा की, पुढील २७४ वर्ष नासाने रोज एक यान अवकाशात सोडले तर त्यातील १ यान कोसळू शकते! ही संख्या कशी आली याचे फाईनमनना आश्चर्य वाटले. त्यांनी परत तेच गणित नासाच्या इंजिनीअरना दिले तेव्हा ही शक्यता पन्नासात १ ते शंभरात १ अशी आली.

नासाच्या पदाधिकाऱ्यांनी अनेक चुका लपवल्या होत्या, अनेक गोष्टींची माहिती प्रत्यक्ष कामे करणाऱ्यांना दिली नव्हती. काही कंपन्यांचे भाग हे दोषपूर्ण आहेत, हे ठाऊक असूनही यानासाठी ते वापरले होते. हे सर्व दोष फाईनमननी जगजाहीर केले. जनरल कुटीना (Kutyna) हे त्या समितीवर त्यांचे सहकारी होते. जनरल कुटीनांनी फाईनमनना अप्रत्यक्षरीत्या बरीच मदत केली.

∎

द्रष्टा विचारवंत

हुशार व बुद्धिमान लोक हे नेहमीच द्रष्टे असतातच असे नाही. अनेकदा त्यांची हुशारी ही त्यांच्या क्षेत्रापुरतीच सीमित राहते. अनेकदा व्यवहारी जगात पैसा, कीर्ती, संपत्ती, इ. मिळवण्यामागे ती खर्ची होते. अनेक शास्त्रज्ञ, संशोधन कार्यात इतके वाहून घेतात की, समाजाविषयी त्यांचे विचार हे कळून येत नाहीत. शैक्षणिक पेशाला वाहून घेतलेल्या शिक्षकांचे सारे विश्व हे शैक्षणिक जगाच्या आसपास बहुधा फेर धरते पण द्रष्टे लोक हे भविष्याचा वेध घेत असतात. ही द्रष्टी माणसं, ही केवळ सामाजिक आणि राजकीय क्षेत्रातील असतील तर समाजमनाचा इतिहास, वर्तमान व भविष्य यांचा ते आपल्या प्रज्ञेने वेध घेतात. येणाऱ्या बदलांची जाणीव समाजमनाने कशा प्रकारे घ्यावी, याबद्दलही ते आपले विचार व्यक्त करत असतात.

इतिहासकाळात अनेक विचारवंतांनी अशा सामाजिक जबाबदाऱ्या पार पाडल्या पण गेल्या शंभर वर्षांत समाजजीवनात प्रचंड क्रांती झाली आहे. आधुनिक विज्ञानाच्या, तंत्रज्ञानाच्या शोधामुळे, प्रगतीमुळे जगातील सारेच समाजजीवन ढवळून गेले. नव्याने निर्माण झालेल्या शास्त्रांच्या साहाय्याने नेमके कोणते शोध लागतील व त्यांचा समाजावर कोणता व काय परिणाम होईल किंवा होऊ शकतो याची अचूक जाण अन्य कुणालाही येणं ही गोष्टच कठीण बनली. पण या नव्या तंत्रज्ञानाच्या, विज्ञानाच्या युगात शास्त्रज्ञांना आपल्या विलक्षण प्रज्ञेमुळे शास्त्राच्या कुठल्या क्षेत्रात, कोणती प्रगती होऊ शकेल याविषयी तर्कशुद्ध अंदाज बांधता येतो. फाईनमन हे असेच द्रष्टे शास्त्रज्ञ होते. भौतिकशास्त्राचा गाढा अभ्यास, शास्त्रीय विचारांची पक्की बैठक आणि

विलक्षण बुद्धिमत्ता यामुळे त्यांनी भौतिकशास्त्रातच नव्हे तर विज्ञानाच्या कुठल्या क्षेत्रात कशा प्रकारे प्रगती होईल किंवा होऊ शकते हे आपल्या प्रज्ञेने जाणले. हे त्यांचे विचार भाषणाच्या रूपाने आज उपलब्ध आहेत. 'There is plenty Room at the Bottom' या त्यांच्या प्रसिद्ध भाषणातून त्यांनी हे विचार मांडले आहेत. कॅलटेक विद्यापीठाची २९ डिसेंबर १९५९ साली एक वार्षिक बैठक झाली. अमेरिकन फिजिक्स सोसायटीने ही बैठक आयोजित केली होती.

१९५९ साली फाईनमननी जे विचार मांडले त्या विचारांतून असे दिसते की, आज ४०/४५ वर्षांनंतर त्यांनी त्या वेळी मांडलेल्या विचारांच्या, विज्ञानाच्या प्रत्येक क्षेत्रात त्यांनी त्यांच्या मनात कल्पना केल्या होत्या तशाच प्रकारे प्रगती झाली आहे. त्यांनी वेध घेऊन सांगितलेल्या अनेक गोष्टी, शास्त्रज्ञांनी, तंत्रज्ञांनी निर्माण केल्या आहेत. इतकंच नव्हे तर सामान्य माणसांपर्यंत त्या पोहोचल्या आहेत.

रिचर्ड फाईनमन यांना क्वांटम इलेक्ट्रोडायनॅमिक्समधील सिद्धान्ताबद्दल नोबेल पारितोषिक मिळाले. त्यांनी फाईनमन डायग्रॅम तयार केले. फाईनमन डायग्रॅममुळे भौतिकशास्त्राच्या शास्त्रज्ञांना पुढचे काम करणे सोपे झाले. सूक्ष्म कणांचे स्थलकालातील परस्परसंबंध, हे फाईनमन डायग्रॅममुळे शास्त्रज्ञांना समजून घेता आले. आजही त्यांचा उपयोग शास्त्रज्ञांना होतो. वैश्विक रचनेचा उलगडा करण्यासाठी आज शास्त्रज्ञ 'स्ट्रिंग थिअरी' आणि 'M थिअरी' चा अभ्यास करतात. हा अभ्यास करण्यासाठी शास्त्रज्ञांना फाईनमन यांच्या 'फाईनमन डायग्रॅम'चा उपयोग होतो.

अत्यंत उत्कृष्ट शिक्षक म्हणून त्यांची ख्याती होती. त्यांच्या सडेतोड बोलण्यामुळे आणि स्पष्टोक्तीमुळे सरकारी मानपदे यांच्या नादी ते लागलेच नाहीत. अत्यंत कुशाग्र बुद्धीच्या या शास्त्रज्ञाच्या आत कुठेतरी एक खट्याळ मूल दडलेले होते आणि हा त्यांचा खट्याळपणा अनेकवेळा त्यांनी प्रत्यक्षात आणला होता. अगदी दुसऱ्या महायुद्धाच्या वेळी ते अणुबॉम्ब बनवण्याच्या प्रोजेक्टमध्ये काम करत होते, त्यावेळीही अमेरिकन सरकारच्या कडक सेन्सॉरशिपमधून ते आपल्या विलक्षण बुद्धिमत्तेने, पळवाट काढून आपल्या आजारी पत्नीला पत्रे लिहित; पण या खट्याळ व्यक्तिमत्त्वात तितकाच मृदू स्वभावही

होता. अर्लीन ही त्यांची प्रथम पत्नी. तिला क्षय झाला होता. अगदी तरुण वयातच त्यांची भेट झाली होती. लग्नाआधीच तिच्या गंभीर आजाराचे निदान झाले होते. त्या दोघांच्या विवाहाला घरून विरोध होता; पण तरीही या तरुण शास्त्रज्ञाने स्वत:चा पीएच.डी. चा अभ्यास चालू असताना तिच्याशी लग्न करण्याचा निर्णय घेतला आणि त्यानंतर पीएच.डी. चालू असतानाच अणुबॉम्बच्या प्रकल्पात काम करण्यासाठी त्यांची नेमणूक झाली. त्यावेळी तिची हॉस्पिटलमध्ये जाऊन सेवा शुश्रूषाही त्यांनी केली. 'फाईनमन लेक्चरर्स ऑन फिजिक्स' ही त्यांची फिजिक्स विषयावरील अत्यंत गाजलेली पुस्तके आहेत. या पुस्तकांमुळे त्यांना फिजिक्सचे निष्णात शिक्षक मानले जाते. शैक्षणिक क्षेत्रातील त्यांच्या कामगिरीबद्दल त्यांना 'ऑरस्टेड मेडल' (Oersted Medal) हा सन्मानही मिळाला.

त्यांच्या फिजिक्स विषयावरील लेक्चरवरून पुढे त्यांच्या विद्यार्थ्यांनी पुस्तके काढली. ती अत्यंत गाजली. 'द कॅरेक्टर ऑफ फिजिक्स लॉ अॅन्ड क्यूईडी', 'स्टॅटिस्टिक मेकॅनिक्स', 'लेक्चरर्स ऑन ग्रॅव्हिटी' ही त्यापैकी काही पुस्तके आहेत. फाईनमन यांच्या व्यक्तिमत्त्वाचा एक अत्यंत महत्त्वाचा भाग म्हणजे त्यांचे द्रष्टेपण! आज 'नॅनो' हा शब्द आपल्या सगळ्यांनाच चांगला माहिती आहे. नॅनो म्हणजे लहान! पण लहान म्हणजे किती लहान? शास्त्रीय परिभाषेत 'नॅनो' म्हणजे १X१० म्हणजे उदाहरणार्थ, १ नॅनोमीटर म्हणजे १/१,०००,००० मीटर!

माणसाच्या केसाचा व्यास हा ५०,००० नॅनो मीटर असतो! इतक्या लहान, सूक्ष्म परिमाणांच्या विश्वात शास्त्रज्ञ जेव्हा काही अभ्यास करत असतात, काही तंत्रज्ञान निर्माण करत असतात तेव्हा त्या तंत्रज्ञानाला 'नॅनो टेक्नॉलॉजी' असे म्हणतात. आज नॅनो टेक्नॉलॉजी हे अत्यंत वेगाने विकसित होणारे क्षेत्र आहे. या क्षेत्रातील संशोधनासाठी अत्यंत प्रतिष्ठेच्या पारितोषिकाचे नाव आहे 'फाईनमन प्राईझ'. अमेरिकेतील नॉर्थ वेस्टर्न विद्यापीठामध्ये, नॅनो टेक्नॉलॉजीच्या विभागात नॅनो स्केलवर (अत्यंत लहान सूक्ष्म अक्षरात) फाईनमन यांचे सुप्रसिद्ध भाषण कोरलेले आहे. त्यात त्यांनी म्हटले होते की, '२००० साली जेव्हा लोक मागे वळून पाहतील तेव्हा ते आश्चर्याने विचारतील की, १९६० सालापर्यंत नॅनो टेक्नॉलॉजीच्या क्षेत्रात अजून कसे काहीच

काम झाले नाही.' १९५९ सालातील आपल्या सुप्रसिद्ध भाषणात त्यांनी असे मत मांडले होते की, जीवशास्त्र आणि रसायनशास्त्र यांमधील कित्येक रहस्ये ही नॅनो टेक्नॉलॉजीच्या अणुच्या पातळीवर जाऊन अभ्यास करण्याच्या प्रयत्नांमधून सुटतील. ही या द्रष्ट्या शास्त्रज्ञाची दूरदृष्टी होती. नॅनो टेक्नॉलॉजीचे महत्त्व लक्षात आणून देणारे ते पहिले शास्त्रज्ञ होते.

∎

www.ingramcontent.com/pod-product-compliance
Lightning Source LLC
LaVergne TN
LVHW031613060526
838201LV00065B/4825